The book primarily attempts to introduce those whose mother tongue is not Malayalam to learning of Malayalam by the most natural and the simplest method. It adopts the scientific approach, introducing alphabets, words, sentences in that order and application of these in the most common situations of daily life. Situational sentences and conversational sentences selected for the book reflect the maximum possible commonness of Indian languages and Indian culture.

LEARN MALAYALAM IN 30 DAYS THROUGH ENGLISH

Chief Editor
Krishna Gopal Vikal

Editor : Malayam Edition
A.Mathew & T.Aneesan
(Globalingo)

DIAMOND BOOKS

ISBN : 81-288-1189-4

Published by	: **Diamond Pocket Books (P) Ltd.**
	X-30, Okhla Industrial Area, Phase-II
	New Delhi-110020
Phone	: 011-41611861-65, 40712100
Fax	: 011-41611866
E-mail	: sales@dpb.in
Website	: www.dpb.in
Edition	: **2013**
Printed by	: Adarsh Printers, Shahdara, Delhi-110032

Learn Malayalam in 30 Days Through English

by : Krishna Gopal Vikal/Mathew and Aneesan

A WORD FROM THE PUBLISHER

We are glad to announce that with a view to strengthening the unity of our country, we shall be publishing the book-series 'LEARN THE NATIONAL LANGUAGES' to enable people of this country to learn any Indian language other than his mother tongue, through the medium of English.

Each book of the series will be divided in five parts. The first two parts will cover the basic knowledge about the language concerned and the rest will be devoted to conversational aspects and practical application of the language.

The books will be prepared under the able guidance of the well-known author and editor of several books, Shri Krishna Gopal Vikal, who is the chief editor of this book and he will be assisted by Shri Amitabh Dhingra. Format and scheme of all books will be the same as that of this book and each book will be prepared in close consultation with the topmost linguists of the language concerned.

We hope this series will bring together the people of various parts of our country promoting mutual understanding and fostering national unity. We hereby present the first book 'Diamond Malayalam Learning and Speaking Course'.

–Publisher

Dedicated to

Dr. Ashok Ramchandra Kelkar
Renowned Philologist of India
whose advice was the source of inspiration

FORWORD

The greatest sensation of life is to learn a language. One has to closely watch a child going through this experience, to be convinced of this. Every time he learn a new word or construction from mother, father or other relatives, his heart is filled with wonder, excitement, thrill and creative urge and he toys with its various forms and tones bringing into play all the creative forces within him.

To learn a new language is to re-enter this wonderful experience of life, opening infinite opportunities for creative action. Besides, in a fast expanding world transcending all barriers of colour, caste, religion and language, a new language is an essential tool of life.

The book primarily attempts to introduce those whose mother tongue is not Malayalam to learning of Malayalam by the most natural and the simplest method. It adopts the scientific approach, introducing alphabets, words, sentences in that order and application of these in the most common situations of daily life. Situational sentences and conversational sentences selected for the book reflect the maximum possible commonness of Indian languages and Indian culture. The purpose is that the learner during the process of learning should be sufficiently equipped to converse and transact with a very vast section of Malayalam speaking people throughout India and abroad.

Since Malayalam is mother-tounge of about 4 crores of people and is spoken or understood by many in India and Gulf countries, acquaintance with this not only enables one to establish a direct communication with millions of people, thereby promoting his career prospects and business interests, but also gives him the spiritual satisfaction of belonging to a vast family.

The book can also be helpful to foreigners who are on visit to India as tourists, scholars, diplomats and businessmen as it would enable them to move about in different parts of the country transending the language barriers.

We hope the book will serve the purpose. It will be popular among the youngsters as well as the serious language learner. We are grateful to Shri Narendra Kumar, Director of Diamomd Pocket Books, who has wisely taken special initiative to bring out this very useful series. We also express out gratitute to the persons concerned with proof-reading, printing and production of the book.

– ***Krishna Gopal Vikal***
Amitabh Dhingra
Malayalam Editors:
Mathew & Aneesan

CONTENTS

PART-I–ALPHABET

PART-2–WORDS

PART-3–CLASSIFIED SENTENCES

PART 1

ALPHABET-

അക്ഷരമാല (Akṣaramāla)

IST STEP ഒന്നാം ചുവട്

WELCOME YOU ALL

ഏവർക്കും സ്വാഗതം (Ēvarkkum̥ Svāgatam̥)

This book is in your hands.

It shows that you intend to learn Malayalam. It is a matter of pleasure to us.

In Indian languages, Malayalam is very important one. And it is a spoken by mostly by Keralite. It is a language which has vast and rich Literature.

We Welcome you all for your praise-worthy enthusiasm and fully assure you for the success. You will move on continually-step by step until you reach your destination. Let us start our journey.

Sentence of Greetings in Conversation :

In Malayalam, there are no separate clauses for timely salutations as in English. E.g.- 'Good Morning, 'Good Evening', 'Good Night' etc. We say every time we meet നമസ്കാരം (Namaskāram̥) or വന്ദനം (Vandanam̥). The people of different religions to and faiths alternatively use their own wordings also.

While meeting (കണ്ടുമുട്ടുമ്പോൾ) Kaṇṭumuṭṭunpō!

Good morning, Sir!	നമസ്കാരം സാർ !	Namaskāram̥ Sār !
Good morning! Madam	നമസ്കാരം ഭവതി!	Namaskāram̥ Bhavati !
Good afternoon, my friend	നമസ്കാരം സുഹൃത്തേ !	Namaskāram̥ Suhr̥ttē !
Good Morning My Brother !	നമസ്കാരം സഹോദരാ !	Namaskāram̥ Sahōdarā !

Good Morning Boss !	നമസ്കാരം മുതലാളി !	Namaskāraṃ Mutalāḷi !
Good Morning Comrade !	നമസ്കാരം സഖാവേ!	Namaskāraṃ Sakhāvē!
Good Morning sister !	നമസ്കാരം സഹോദരീ!	Namaskāraṃ Sahōdarī!

While departing (വിടപറയുമ്പോൾ) Viṭapaṟayunpōḷ

Goodbye, Child !	പോകട്ടെ കുഞ്ഞേ !	Pōkaṭṭe Kuññē!
Bye Bye !	ശരി പോകട്ടെ !	Śari Pōkaṭṭe !
Ta-Ta!	വിട !	Viṭa !
Good Bye !	വിട !	Viṭa !

Good wishes (ശുഭാശംസകൾ) Śubhāśaṃsakaḷ

Happy Diwali !	ദീപാവലി ആശംസകൾ !	Dīpāvali Āśaṃsakaḷ !
Happy Id !	പെരുന്നാൾ ആശംസകൾ !	Perunnāḷ Āśaṃsakaḷ !
Happy X-Mas !	ക്രിസ്തുമസ് ആശംസകൾ !	Kristumas Āśaṃsakaḷ !
Happy Onam !	ഓണാശംസകൾ !	Ōṇāśaṃsakaḷ !
Happy New Year !	പുതുവർഷാശംസകൾ !	Putuvarṣāśaṃsakaḷ

REMARKS

(പ്രത്യേകം ഓർമിക്കുക (Pratyēkaṃ Ōrmikkuka)

In Malayalam, all Indians can say നമസ്കാരം (Namaskāraṃ) or വന്ദനം (Vandanaṃ). To show his absolute faith in his religion and creed etc., a Muslim will say അസ്സലാമു അലൈക്കും (Assalāmu Alaikkuṃ). In Malayalam one can say സുപ്രഭാതം (Suprabhātaṃ) instead of 'Good Morning'.

2ND STEP രാം ചുവട്

ALPHABET

അക്ഷരമാല (Akṣaramāla)

Malayalam language is written in a particulars script. Any other South Indian languages are not using Malayalam script.

Malayalam alphabet consists of vowels and consonants which are 15 and 36 respectively.

Here we are going to deal with vowels.

VOWELS *(സ്വരങ്ങൾ) Svaraṅṅaḷ*

അ	ആ	ഇ	ഈ	ഉ	ഊ	ഋ
A	Ā	I	Ī	U	Ū	Ṛ
എ	ഏ	ഐ	ഒ	ഓ	ഔ	അം
E	Ē	Ai	O	Ō	Ou	Aṃ
അഃ						
Aḥ						

Recognise and pronounce—

ഉ	ഊ	അ	ആ	ഓ	ഔ
അം	അഃ	ഇ	ഈ	ഋ	എ
ഏ					

In Malayalam, there are two classes of vowels.

1) Short (ഹ്രസ്വം) Hṛsva and (2) long (ദീർഘം) Dīrgha vowels.

(i) ***Short vowels*** *(ഹ്രസ്വ സ്വരങ്ങൾ) Hṛsva Svaraṅṅaḷ*

അ	ഇ	ഉ	എ	ഒ	ഋ
A	I	U	E	O	Ṛ

(ii) ***Long vowels*** *(ദീർഘ സ്വരങ്ങൾ) Dīrgha Svaraṅṅaḷ*

ആ	ഈ	ഊ	ഏ	ഐ	ഓ	ഔ	അം	അഃ
Ā	Ī	Ū	Ē	Ai	Ō	Ou	Aṃ	Aḥ

3. Short vowels are to be pronounced short and long vowels, long. Let us learn how to pronounce the vowels.

Letter	*Pronunciation*	*Remarks*
അ	(Short) A	Sound like short 'A' as in 'sun'
ആ	(long) Ā	Sound like long 'Ā' as in 'fan'
ഇ	(short) I	Sound like short 'I' as in 'ill'
ഈ	(long) Ī	Sound like long 'Ī' as in 'see'
ഉ	(short) U	Sound like short 'U' as in 'look'
ഊ	(long) Ū	Sound like long 'Ū' as in 'pool'
ഋ	(short) Ṛ	Sound like short 'Ṛ' as in 'rich'
എ	(short) E	Sound like short 'E' as in 'aim'
ഏ	(long) Ē	Sound like long 'Ē' as in 'pay'
ഐ	(long) Ai	Sound like long 'Ai' as in 'eye'
ഒ	(short) O	Sound like short 'O' as in 'obedient'
ഓ	(long) Ō	Sound like long 'Ō' as in 'road'
ഔ	(long) Ou	Sound like long 'Ou' as in 'cow'
അം	(long) Aṃ	Sound like long 'Aṃ ' as in 'umbrella'
അഃ	(long) Aḥ	Sound like long 'Aḥ' as in 'ah'

REMARKS

പ്രത്യേകം ഓർമിക്കുക (Pratyēkaṃ Ōrmikkuka)

* ***ഋ is different from റി in Pronunciation. Actually ഋ is used in writing only Sanskrit words. Or it is not accepted as a vowel with the Malayalam Phonetic set-up.***
* ***അം, അഃ are not vowels; but semi-consonants for the sake of convenience, there are put among vowels.***

3RD STEP മൂന്നാം ചുവട്

CONSONANTS

(വ്യഞ്ജനങ്ങൾ) Vyañjanaṅṅaḷ

As we know there are 36 consonants in Malayalam, and they have no equivalent in English .

The consonats reproduced below in the manner in which they are generally found in Malayalam books.

ക Ka	ഖ Kha	ഗ Ga	ഘ Gha	ങ Ṅa	
ച Ca	ഛ Cha	ജ Ja	ഝ Jha	ഞ Ña	
ട Ṭa	ഠ Ṭha	ഡ Ḍa	ഢ Ḍha	ണ Ṇa	
ത Ta	ഥ Tha	ദ Da	ധ Dha	ന Na	
പ Pa	ഫ Pha	ബ Ba	ഭ Bha	മ Ma	
യ Ya	ര Ra	ല La	വ Va	ശ Śa	ഷ Ṣa
സ Sa	ഹ Ha	ള Ḷa	ഴ Z̲a	റ R̲a	

1. Any vowel is inherented in every consonant sound as -

ക് + ആ = കാ (K + Ā = Kā)

ക് + ഈ = കി (K + Ī = Ki)

2. If any consonant is to be written where the vowel is not blended with it, the sign (u) is used as നാവ്, This sign is called samvruthaukaram

Identify and pronounce—

ഗ	ഖ	ച	മ	ന	വ	യ	ഢ	ണ	ട	ധ
Ga	Kha	Ca	Ma	Na	Va	Ya	Ḍha	Ṇa	Ṭa	Dha
സ	ണ	പ	ഫ	ഹ	ര	ല	ജ	ദ	ഴ	ക
Sa	Ṇa	Pa	Pha	Ha	Ra	La	Ja	Da	Ẕa	Ka

Kinds of Consonants (വ്യഞ്ജന വിഭാഗങ്ങൾ)

6. Basically the consonants are of five kinds

1. സ്പർശം 2. അന്തസ്ഥം അഥവാ മധ്യമം
1. (Sparśaṃ) 2. Antasthaṃ Athavā Madhyamaṃ

3. ഊഷ്മാവ് 4. ഘോഷി 5. ദ്രാവിഡ മധ്യമം
3. Ūṣmāv 4. Ghōṣi 5. Drāviḍa Madhyamaṃ

From ക to മ—the first 25 consonants are known as സ്പർശ വ്യഞ്ജനങ്ങൾ. Among the remaining consonants.

യ	ര	ല	വ	–	അന്തസ്ഥം/മധ്യമം. –4
Ya	Ra	La	Va	-	Antasthaṃ/ Madhyamaṃ - 4
ശ	ഷ	സ		–	ഊഷ്മാവ് – 3
Śa	Ṣa	Sa		-	Ūṣmāv
ഹ				–	ഘോഷി –1
Ha				-	Ghōṣi
ള	ഴ	റ		–	ദ്രാവിഡ മധ്യമം – 3
Ḷa	Ẕa	Ṟa		-	Drāviḍa Madhyamaṃ - 3

Pronunciation of consonants (വ്യഞ്ജനങ്ങളുടെ ഉച്ചാരണം)

Let us know how to pronounce consonants.

Letter	*Pronunciation*	*Remarks*
ക	Ka	as in king
ഖ	Kha	as in Black hole (as a single sound)
ഗ	Ga	'G'as in gate
ഘ	Gha	as in ghost
ങ	Ṅa	as in long
ച	Ca	as in such

ഛ	Chạ	as in churchill * (as a single sound)
ജ	Ja	as in jug
ഝ	Jha	as in Jhansi
ഞ	Ña	as in Tinger *
ട	Ṭa	as in tank
ഠ	Ṭha	as in short - hang *
ഡ	Ḍa	as in day
ഢ	Ḍha	as in sand - hill * (as a single sound)
ണ	Ṇa	as in money
ത	Ṭa	t (softer than English, similar to thumb)
ഥ	Ṭha	as in rhythm
ദ	Ḍa	as in thus
ധ	Ḍha	as in Dharma *
ന	Ṇa	as in not
പ	Pa	as in Pot
ഫ	Pha	as in Father
ബ	Ba	as in bat
ഭ	Bha	as in sub - house* *(as a single sound)*
മ	Ma	as in Man
യ	Ya	as in young
ര	Ra	as in Arraw
ല	La	as in land
വ	Va	as in wave
ശ	Ṣa	as in santha *
ഷ	Śa	as in shut
സ	Sa	as in some
ഹ	Ha	as in has
ള	Ḷa	as in role *
ഴ	Z̲a	As american pronunciation
റ	R̲a	Rabit

* ***No equal sound in English***

4TH STEP നാലാം ചുവട്

HOW TO WRITE ALPHABET?

അക്ഷരമാല എങ്ങനെയെഴുതാം ?

Akṣaramāla Eṅṅaneyez̲utāṃ

1. Malayalam is written from left to right as the Roman script. Let us begin to write vowels and consonants respectively.

VOWELS *(സ്വരങ്ങൾ) Svaraṅṅaḷ*

അ A	ആ Ā	ഇ I	ഈ Ī	ഉ U	ഊ Ū	ഋ Ṛ
എ E	ഏ Ē	ഐ Ai	ഒ O	ഓ Ō	ഔ Ou	അം Aṃ
അഃ Aḥ						

CONSONANTS - (വ്യഞ്ജനങ്ങൾ) Vyañjanaṅṅaḷ

ക Ka	ഖ Kha	ഗ Ga	ഘ Gha	ങ Ṅa	
ച Ca	ഛ Cha	ജ Ja	ഝ Jha	ഞ Ña	
ട Ṭa	ഠ Ṭha	ഡ Ḍa	ഢ Ḍha	ണ Ṇa	
ത Ta	ഥ Tha	ദ Da	ധ Dha	ന Na	
പ Pa	ഫ Pha	ബ Ba	ഭ Bha	മ Ma	
യ Ya	ര Ra	ല La	വ Va	ശ Śa	ഷ Ṣa
സ Sa	ഹ Ha	ള Ḷa	ഴ Z̲a	റ R̲a	

5TH STEP അഞ്ചാം ചുവട്

VOWELS & THEIR ABBREVIATED FORMS

സ്വരങ്ങളും ചിഹ്നങ്ങളും

(Svaraṅṅaḷuṃ Cihnaṅṅaḷuṃ)

In Malayalam script, there are two forms of vowels—(i) Syllabic forms, and (ii) Abbreviated forms. Here are syllabic forms and abbreviated forms of Malayalam vowels—

Syllabic Forms : അ ആ ഇ ഈ ഉ ഊ ഋ എ ഏ ഐ
A Ā I Ī U Ū Ṛ E Ē Ai

ഒ ഓ ഔ അം അഃ
O Ō Ou Aṃ Aḥ

Abbreviated Forms : ാ ി ീ ു ൂ ൃ ൄ ൢ െ േ ൈ െ – ാ
േ – ാ ൌ ം ഃ

1. Syllabic forms
2. Abbreviated Forms
......Stands for the letter

1. (i) Syllabic forms of vowels are used separately. As—
ആ (Ā) that അമ്മ (Amma) mother
Syllabic forms of the vowels will not come in between of a word.

(ii) Abbreviated forms of vowels are used combined with preceding consonant characters as follows:

(a) ാ ി ീ ു ൂ ൃ ൄ ൢ ൌ ം ഃ follow the consonant.
(b) െ േ ൈ precedes it.
(c) െ – ാ േ – ാ consonants will come in middle.

the subscript "u" will use for A sound like ക് (K) it is called as സംവൃതോകാരം (Saṃvṛtōkāraṃ)

2. Let us combine the intra-syllabic forms of all vowels with consonants ക് (K).

ക കാ കി കീ കു കൂ കൃ കെ കേ
Ka Kā Ki Kī Ku Kū Kṛ Ke Kē

കൈ കൊ കോ കൗ കം കഃ
Kō Kau Kaṃ Kaḥ Kum ka:

Thus the Matras can be combined with all preceding consonants. Now we elaborate this combination.

ക കാ കി കീ കു കൂ കൃ കെ കേ കൈ കൊ കോ കൗ കം കഃ
Ka Kā Ki Kī Ku Kū Kṛ Ke Kē Kai Ko Kō KauKaṃKaḥ

ഖ ഖാ ഖി ഖീ ഖു ഖൂ ഖൃ ഖെ ഖേ ഖൈ ഖൊ ഖോ ഖൗ ഖം ഖഃ
KhaKhā Khi Khī Khu KhūKhṛ Khe Khē Khai Kho KhōKhauKhaṃKhaḥ

ഗ ഗാ ഗി ഗീ ഗു ഗൂ ഗൃ ഗെ ഗേ ഗൈ ഗൊ ഗോ ഗൗ ഗം ഗഃ
Ga Gā Gi Gī Gu Gū Gṛ Ge Gē Gai Go GōGauGaṃGaḥ

ഘ ഘാ ഘി ഘീ ഘു ഘൂ ഘൃ ഘെ ഘേ ഘൈ ഘൊ ഘോ ഘൗ ഘം ഘഃ
GhaGhā Ghi Ghī Ghu Ghū Ghṛ Ghe GhēGhai Gho GhōGhauGhaṃGhaḥ

ങ ങാ ങി ങീ ങു ങൂ ങൃ ങെ ങേ ങൈ ങൊ ങോ ങൗ ങം ങഃ
Ṅa Ṅā Ṅi Ṅī Ṅu Ṅū Ṅṛ Ṅe Ṅē Ṅai Ṅo Ṅō Ṅau ṄaṃṄaḥ

ച ചാ ചി ചീ ചു ചൂ ചൃ ചെ ചേ ചൈ ചൊ ചോ ചൗ ചം ചഃ
Ca Cā Ci Cī Cu Cū Cṛ Ce Cē Cai Co CōCau Caṃ Caḥ

ഛ ഛാ ഛി ഛീ ഛു ഛൂ ഛൃ ഛെ ഛേ ഛൈ ഛൊ ഛോ ഛൗ ഛം ഛഃ
Cha Chā ChiChī Chu ChūChṛ Che Chē Chai Cho ChōChau ChaṃChaḥ

ജ ജാ ജി ജീ ജു ജൂ ജൃ ജെ ജേ ജൈ ജൊ ജോ ജൗ ജം ജഃ
Ja Jā Ji Jī Ju Jū Jṛ Je Jē Jai Jo Jō Jau JaṃJaḥ

ഝ ഝാ ഝി ഝീ ഝു ഝൂ ഝൃ ഝെ ഝേ ഝൈ ഝൊ ഝോ ഝൗ ഝം ഝഃ
JhaJhā Jhi Jhī Jhu Jhū Jhṛ Jhe Jhē Jhai Jho Jhau Jhaṃ Jhaḥ

ഞ ഞാ ഞി ഞീ ഞു ഞൂ ഞൃ ഞെ ഞേ ഞൈ ഞൊ ഞോ ഞൗ ഞം ഞഃ
Ña Ñā Ñi Ñī Ñu Ñū Ñṛ Ñe Ñē Ñai Ñō Ñō Ñau ÑaṃÑaḥ

ട ടാ ടി ടീ ടു ടൂ ടൃ ടെ ടേ ടൈ ടൊ ടോ ടൗ ടം ടഃ
Ṭa Ṭā Ṭi Ṭī Ṭu Ṭū Ṭṛ Ṭe Ṭē Ṭai Ṭo Ṭō Ṭau ṬaṃṬaḥ

ഠ ഠാ ഠി ഠീ ഠു ഠൂ ഠൃ ഠെ ഠേ ഠൈ ഠൊ ഠോ ഠൗ ഠം ഠഃ
ṬhaṬhā Ṭhi Ṭhī Ṭhu Ṭhū Ṭhṛ Ṭhe Ṭhē Ṭhai Ṭho ṬhōṬhauṬhaṃṬhaḥ

ഡ ഡാ ഡി ഡീ ഡു ഡൂ ഡൃ ഡെ ഡേ ഡൈ ഡൊ ഡോ ഡൗ ഡം ഡഃ

Ḍha	Ḍhā	Ḍhi	Ḍhī	Ḍhu	Ḍhū	Ḍhṛ	Ḍe	Ḍē	Ḍai	Ḍo	Ḍō	Ḍau	Ḍaṃ	Ḍaḥ
ഢ	ഢാ	ഢി	ഢീ	ഢു	ഢൂ	ഢൃ	ഢെ	ഢേ	ഢൈ	ഢൊ	ഢോ	ഢൗ	ഢം	ഢഃ
Ḍha	Ḍhā	Ḍhi	Ḍhī	Ḍhu	Ḍhū	Ḍhṛ	Ḍe	Ḍē	Ḍai	Ḍo	Ḍō	Ḍau	Ḍaṃ	Ḍaḥ
ണ	ണാ	ണി	ണീ	ണു	ണൂ	ണൃ	ണെ	ണേ	ണൈ	ണൊ	ണോ	ണൗ	ണം	ണഃ
Ṇa	Ṇā	Ṇi	Ṇī	Ṇu	Ṇū	Ṇṛ	Ṇe	Ṇē	Ṇai	Ṇo	Ṇō	Ṇau	Ṇaṃ	Ṇaḥ
ത	താ	തി	തീ	തു	തൂ	തൃ	തെ	തേ	തൈ	തൊ	തോ	തൗ	തം	തഃ
Ta	Tā	Ti	Tī	Tu	Tū	Tṛ	Te	Tē	Tai	To	Tō	Tau	Taṃ	Taḥ
ഥ	ഥാ	ഥി	ഥീ	ഥു	ഥൂ	ഥൃ	ഥെ	ഥേ	ഥൈ	ഥൊ	ഥോ	ഥൗ	ഥം	ഥഃ
Tha	Thā	Thi	Thī	Thu	Thū	Thṛ	The	Thē	Thai	Tho	Thō	Thau	Thaṃ	Thaḥ
ന	നാ	നി	നീ	നു	നൂ	നൃ	നെ	നേ	നൈ	നൊ	നോ	നൗ	നം	നഃ
Na	Nā	Ni	Nī	Nu	Nū	Nṛ	Ne	Nē	Nai	No	Nō	Nau	Naṃ	Naḥ
പ	പാ	പി	പീ	പു	പൂ	പൃ	പെ	പേ	പൈ	പൊ	പോ	പൗ	പം	പഃ
Pa	Pā	Pi	Pī	Pu	Pū	Pṛ	Pe	Pē	Pai	Po	Pō	Pau	Paṃ	Paḥ
ഫ	ഫാ	ഫി	ഫീ	ഫു	ഫൂ	ഫൃ	ഫെ	ഫേ	ഫൈ	ഫൊ	ഫോ	ഫൗ	ഫം	ഫഃ
Pha	Phā	Phi	Phī	Phu	Phū	Phṛ	Phe	Phē	Phai	Pho	Phō	Phau	Phaṃ	Phaḥ
ബ	ബാ	ബി	ബീ	ബു	ബൂ	ബൃ	ബെ	ബേ	ബൈ	ബൊ	ബോ	ബൗ	ബം	ബഃ
Ba	Bā	Bi	Bī	Bu	Bū	Bṛ	Be	Bē	Bai	Bo	Bō	Bau	Baṃ	Baḥ
ഭ	ഭാ	ഭി	ഭീ	ഭു	ഭൂ	ഭൃ	ഭെ	ഭേ	ഭൈ	ഭൊ	ഭോ	ഭൗ	ഭം	ഭഃ
Bha	Bhā	Bhi	Bhī	Bhu	Bhū	Bhṛ	Bhe	Bhē	Bhai	Bho	Bhō	Bhau	Bhaṃ	Bhaḥ
മ	മാ	മി	മീ	മു	മൂ	മൃ	മെ	മേ	മൈ	മൊ	മോ	മൗ	മം	മഃ
Ma	Mā	Mi	Mī	Mu	Mū	Mṛ	Me	Mē	Mai	Mo	Mō	Mau	Maṃ	Maḥ
യ	യാ	യി	യീ	യു	യൂ	യൃ	യെ	യേ	യൈ	യൊ	യോ	യൗ	യം	യഃ
Ya	Yā	Yi	Yī	Yu	Yū	Yṛ	Ye	Yē	Yai	Yo	Yō	Yau	Yaṃ	Yaḥ
ര	രാ	രി	രീ	രു	രൂ	രൃ	രെ	രേ	രൈ	രൊ	രോ	രൗ	രം	രഃ
Ra	Rā	Ri	Rī	Ru	Rū	Rṛ	Re	Rē	Rai	Ro	Rō	Rau	Raṃ	Raḥ
ല	ലാ	ലി	ലീ	ലു	ലൂ	ലൃ	ലെ	ലേ	ലൈ	ലൊ	ലോ	ലൗ	ലം	ലഃ
La	Lā	Li	Lī	Lu	Lū	Lṛ	Le	Lē	Lai	Lo	Lō	Lau	Laṃ	Laḥ
വ	വാ	വി	വീ	വു	വൂ	വൃ	വെ	വേ	വൈ	വൊ	വോ	വൗ	വം	വഃ
Va	Vā	Vi	Vī	Vu	Vū	Vṛ	Ve	Vē	Vai	Vo	Vō	Vau	Vaṃ	Vaḥ
ശ	ശാ	ശി	ശീ	ശു	ശൂ	ശൃ	ശെ	ശേ	ശൈ	ശൊ	ശോ	ശൗ	ശം	ശഃ
Śa	Śā	Śi	Śī	Śu	Śū	Śṛ	Śe	Śē	Śai	Śo	Śō	Śau	Śaṃ	Śaḥ
ഷ	ഷാ	ഷി	ഷീ	ഷു	ഷൂ	ഷൃ	ഷെ	ഷേ	ഷൈ	ഷൊ	ഷോ	ഷൗ	ഷം	ഷഃ
Ṣa	Ṣā	Ṣi	Ṣī	Ṣu	Ṣū	Ṣṛ	Ṣe	Ṣē	Ṣai	Ṣo	Ṣō	Ṣau	Ṣaṃ	Ṣaḥ
സ	സാ	സി	സീ	സു	സൂ	സൃ	സെ	സേ	സൈ	സൊ	സോ	സൗ	സം	സഃ
Sa	Sā	Si	Sī	Su	Sū	Sṛ	Se	Sē	Sai	So	Sō	Sau	Saṃ	Saḥ
ഹ	ഹാ	ഹി	ഹീ	ഹു	ഹൂ	ഹൃ	ഹെ	ഹേ	ഹൈ	ഹൊ	ഹോ	ഹൗ	ഹം	ഹഃ

Ha	Hā	Hi	Hī	Hu	Hū	Hṛ	He	Hē	Hai	Ho	Hō	Hau	Haṃ	Haḥ
ള	ളാ	ളി	ളീ	ളു	ളൂ	ളൃ	ളെ	ളേ	ളൈ	ളൊ	ളോ	ളൗ	ളം	ളഃ
Ḷa	Ḷā	Ḷi	Ḷī	Ḷu	Ḷū	Ḷṛ	Ḷe	Ḷē	Ḷai	Ḷo	Ḷō	Ḷau	Ḷaṃ	Ḷaḥ
ഴ	ഴാ	ഴി	ഴീ	ഴു	ഴൂ	ഴൃ	ഴെ	ഴേ	ഴൈ	ഴൊ	ഴോ	ഴൗ	ഴം	ഴഃ
Z̲a	Z̲ā	Z̲i	Z̲ī	Z̲u	Z̲ū	Z̲ṛ	Z̲e	Z̲ē	Z̲ai	Z̲o	Z̲ō	Z̲au	Z̲aṃ	Z̲aḥ
റ	റാ	റി	റീ	റു	റൂ	റൃ	റെ	റേ	റൈ	റൊ	റോ	റൗ	റം	റഃ
R̲a	R̲ā	R̲i	R̲ī	R̲u	R̲ū	R̲ṛ	R̲e	R̲ē	R̲ai	R̲o	R̲ō	R̲au	R̲aṃ	R̲aḥ
ക്ഷ	ക്ഷാ	ക്ഷി	ക്ഷീ	ക്ഷു	ക്ഷൂ	ക്ഷൃ	ക്ഷെ	ക്ഷേ	ക്ഷൈ	ക്ഷൊ	ക്ഷോ	ക്ഷൗ	ക്ഷം	ക്ഷഃ
Kṣa	Kṣā	Kṣi	Kṣī	Kṣu	Kṣū	Kṣṛ	Kṣe	Kṣē	Kṣai	Kṣo	Kṣō	Kṣau	Kṣaṃ	Kṣaḥ

Making words by combining vowels with consonants
സ്വരങ്ങളും വ്യഞ്ജനങ്ങളും ചേർന്ന് പദങ്ങൾ ഉാക്കുന്ന വിധം

Let us combine the vowels with consonants and make words. Thus we shall attain knowledge of various sounds of Malayalam language and learn the meaning of many words.

(i) Combining the vowel ആ (a) *with consonants* combination of ആന (Ana) Elephant—

Bridge	പാലം	(Pālaṃ)	Age	കാലം	(Kālaṃ)
Mother	മാതാവ്	(Mātāv)	Saint	സാധു	(Sādhu)
A tree	പാല	(Pāla)	Sky	ആകാശം	(Ākāśaṃ)
Chain	മാല	(Māla)	Star	താരം	(Tāraṃ)

(ii) Combining the vowel ഇ *(i) with consonants*

When joined to a consonant, original vowel ഇ gives place to its sign which is used before the consonants concerned.

Day	ദിവസം	(Dinaṃ)	Treasure	നിധി	(Nidhi)
Father	പിതാവ്	(Pitāv)	Half	പാതി	(Pāti)
More	അധികം	(Adhikaṃ)	Colour	നിറം	(Niṟaṃ)
New	പുതിയ	(Putiya)	Went	പോയി	(Pōyi)

(iii) Combining the vowel* ഈ*(ii) with consonants

Combination of ഈ **(i) will be likewise—**

Bank	തീരം	(Tīraṃ)	Bad	ചീത്ത	(Cītta)
Body	ശരീരം	(Śarīraṃ)	Lady	സ്ത്രീ	(Strī)
Justice	നീതി	(Nīti)	Fish	മീൻ	(Mīn)
Scientific	ശാസ്ത്രീയം	(Śāstrīyaṃ)	Blue	നീല	(Nīla)

(iv) Combining the vowel* ഉ *(u) with consonants

When ഉ (u) ഊ (Ū) (ു) is to be blended with a consonant

except its abbreviated form is put under the consonant.

ഉ (u)

Quality	ഗുണം	(Guṇaṃ)	Room	മുറി	(Muṟi)
Child	കുട്ടി	(Kuṭṭi)	Yard	മുറ്റം	(Muṟṟaṃ)
Joy	സുഖം	(Sukhaṃ)	Opened	തുറന്നു	(Tuṟannu)
Sweet	മധുരം	(Madhuraṃ)	Fell	വീണു	(Vīṇu

this vowel also writes with some different forms like.

ക
ത
ഗ
ര
പ
} + ു = കു

ഊ (U)

V	Sun	സൂര്യൻ	(Sūryan)	Shape	രൂപം	(Rūpaṃ)
	Festival	പൂരം	(Pūraṃ)	Corner	മൂലം	(Mūlaṃ)
	Earth	ഭൂമി	(Bhūmi)	Heat	ചൂട്	(Cūṭ)

this vowel is used to write like as this forms, also.

ക
ത
ഗ
ര
പ
} +ൂ= കൂ

ഋ

V Combining the vowel ഋ of with consonants

The pronunciation of ഋ is very near to the pronunciation ri in English word Bridge. There are some example in which the combination of ഋ with different consonants can be seen.

Agriculture	കൃഷി	(Kṛṣi)
Kindness	കൃപ	(Kṛpa)
Home	ഗൃഹം	(Gṛhaṃ)
King	നൃപൻ	(Nṛpan)

എ, ഏ, ഐ

VI Combining the vowel എ, (E,) ഏ (Ē), ഐ (Ai) with consonants

Tie	കെട്ട് (Keṭṭ)	Rice	നെല്ല് (Nell)
Forehead	നെറ്റി (Neṟṟi)	Box	പെട്ടി (Peṭṭi)
Till	വരെ (Vare)	Mistake	തെറ്റ് (Teṟṟ)

ഏ (Ē)

Line രേഖ (Rēkha)	Speed വേഗം (Vēgaṃ)
Service സേവനം (Sēvanaṃ)	Sandal മാലേയം (Mālēyaṃ)
Flute വേണു (Vēṇu)	Infancy ശേഖരം (Śēkharaṃ)

ഐ (Ai)

Diamond വൈരം (Vairaṃ)	Cool ശൈത്യം (Śaityaṃ)
Childhood ശൈശവം (Śaiśavaṃ)	Style ശൈലി (Śaili)
Softness നൈർമല്യം(Nairmalyaṃ)	Army സൈന്യം (Sainyaṃ)

Combining the vowel ഒ, ഓ, ഔ with consonants

ഒ (O), ഓ (Ō), ഔ (Ou)

dust പൊടി (Poṭi)	unity lip ഒരുമ (Oruma)
Language മൊഴി (Moẕi)	gum മോണ (Mōṇa)
job തൊഴിൽ (Toẕil)	anger കോപം (Kōpaṃ)
vice ദോഷം (Dōṣaṃ)	world ലോകം (Lōkaṃ)
disease രോഗം (Rōgaṃ)	beauty സൗന്ദര്യം (Saundaryaṃ)
silence മൗനം (Maunaṃ)	generosityഔദാര്യം (Oudāryaṃ)
Mission ദൗത്യം (Dautyaṃ)	fecility സൗകര്യം (Saukaryaṃ)

REMARKS

പ്രത്യേകം ഓർമിക്കുക (Pratyēkaṃ Ōrmikkuka)

1. ***The abbrviated form of vowels is put with the consonants***
2. ***Samvrithokaram is used only when there is no vowel sound***

6TH STEP ആറാം ചുവട്

CONJUNCTS

കൂട്ടക്ഷരങ്ങൾ (Kūṭṭakṣaraṅṅaḷ)

There are some additional letters, which are conjuctures of two consonants and one vowel. Thus they are called conjuncts.

e.g. ക്ഷ, ത്ര, ജ്ഞ   Kṣa, Tra, Jña

these conjuncts can be separated in this way.

ക്ഷ ക്+ഷ്+അ Kṣa As is ***bird*** ***പക്ഷി (Pakṣi)***

ത്ര ത്+റ്+അ Tra As in ***daily newspaper*** ***പത്രം(Patraṃ)***

ജ്ഞ ജ്+ഞ്+അ Jña As in ***wisdom*** ***ജ്ഞാനം(Jñānaṃ)***

സംയുക്തവർണ്ണം (Saṃyuktavarṇṇaṃ) - When two consonants have no vowel between them and they are pronounced together, they are called conjuncts.

As ഗ്+വ - ഗ്വ (Gva),   ദ്+ദ - ദ്ദ (Dda),   ട്+ട - ട്ട (Ṭṭa)

ပ്+ത - പ്ത (Pta,),   ക്+റ - ക്ര (Kra).

The consonants may be divided in to three groups for making conjuncts.

(a) When the same consonant is doubled, Note the following :
ഒരേ വ്യഞ്ജനങ്ങൾ ചേർന്ന് ഇരട്ടിക്കുന്നത്
As ക്+ക - Crow കാക്ക (Kākka)

(b) When two different consonants are joined, Note the following:
ര് വ്യത്യസ്ത വ്യഞ്ജനങ്ങൾ ചേർന്ന് ഇരട്ടിക്കുന്നത്.
As പ് + ത - Deep sleep സുഷുപ്തി (Suṣupti)

(c) The following consonant will have a pecular change (as signs) when they are joined.
കൂടെ ചേരുന്ന വ്യഞ്ജനം ചിന്നമായി മാറുന്നത്.
As വ് + യ - Poetry കാവ്യം (Kāvyam)

Now we shall see the conjuncts of the aforesaid groups.

ക്+ഋ = കൃ (Qṛ)

Let us learn some words constituted with various conjuncts

1. Devotion	ഭക്തി	(Bhakti)
2. Main	മുഖ്യം	(Mukhyaṃ)
3. State	സ്ഥിതി	(Sthiti)
4. Able	യോഗ്യം	(Yōgyaṃ)
5. Bath	സ്നാനം	(Snānaṃ)
6. Parrot	തത്ത	(Tatta)
7. Jack fruit	ചക്ക	(Cakka)
9. Science	ശാസ്ത്രം	(Śāstraṃ)
10. Order	ആജ്ഞ	(Ājña)
11. Eyetex	അഞ്ജനം	(Añjanaṃ)
12. Sound	ശബ്ദം	(Śabdaṃ)
13. Echo	പ്രതിധ്വനി	(Pratidhvani)
14. Glass	ചില്ല്	(Cill)
15. Green	പച്ച	(Pacca)
16. Shameness	ലജ്ജ	(Lajja)
17. Genious	പ്രതിഭ	(Pratibha)
18. Mother	അമ്മ	(Amma)
19. Goodthing	നന്മ	(Nanma)
20. Noon	മധ്യാഹ്നം	(Madhyāhnaṃ)

REMARKS

പ്രത്യേകം ഓർമിക്കുക (Pratyēkaṃ Ōrmikkuka)

1. ***Group of two or more consonants or vowels are conjuncts***

There are some consonants which are called half consonants.

These are : ൻ ൾ ൺ ർ ൽ. They are called in Malayalam ചില്ല് (Cill)

7TH STEP ഏഴാം ചുവട്

THE PARTS OF SPEECH

ശബ്ദ വിഭാഗങ്ങൾ - Śabda Vibhāgaṅṅaḷ

1. A sentence consists of two parts— (Subject) ആഖ്യ Ākhya and (Predicate) ആഖ്യാതം Ākhyātaṃ. ആഖ്യ Ākhya is that about which something has been said in the sentence. ആഖ്യാതം Ākhyātaṃ is what has been said about it.

Both the ആഖ്യ Ākhya and the ആഖ്യാതം Ākhyātaṃ may consist of more than one word. Thus, every word in a sentence performs a definite function.

2. There are eight categories of classes of words which are called 'Parts of Speech'. They are—

1. Noun	നാമം
2. Pronoun	സർവ്വനാമം
3. Adjective	നാമ വിശേഷണം
4. Verb	ക്രിയ
5. Adverb	ക്രിയാ വിശേഷണം
6. Post-position	വിഭക്തി
7. Conjunction	സമുച്ചയം
8. Exclamation	ആശ്ചര്യ ശബ്ദങ്ങൾ

Now read carefully the following sentence.

Oh ! My dear father and mother quietly called me to come in the room.

ഓ ! എന്റെ പ്രിയപ്പെട്ട അച്ഛനും അമ്മയും മുറിയിലേക്ക് വരാൻ

എന്നെ പതുക്കെ വിളിച്ചു.

ഓ! എന്റെ പ്രിയപ്പെട്ട അച്ഛനും അമ്മയും is ആഖ്യ (Subject) മുറിയിലെക്ക് വരാൻ എന്നെ പതുക്കെ വിളിച്ചു is ആഖ്യാനം. (Predicate)

Let us explain every word of this sentence in detail grammatically and try to test each word which part of speech it is.

(1) ഓ ! (oh!) — Exclamation[8]
(2) പ്രിയപ്പെട്ട (dear) —Adjective[3]
(3) അച്ഛൻ (father) — Noun[1]
(4) ഉം (and) — Conjuction[7]
(5) അമ്മ (mother) — Noun[2]
(6) മുറിയിലേക്ക് (inside) — Post-position[6]
(7) എന്നെ (to me) — Pronoun[2]
(7) പതുക്കെ (quietly) — Adverb
(8) വിളിച്ചു (Called) — verb[4]

Noun നാമം

A **noun** is a word which is a name of anything.

There are three kinds of noun, in Malayalam.

(i) Proper noun ദ്രവ്യനാമം Dravyanāmaṃ

(ii) Abstract noun ഗുണനാമം Guṇanāmaṃ

(iii) verbal noun ക്രിയാനാമം Kriyānāmaṃ

(i) *ഗോപാലൻ, കോഴിക്കോട്, പുസ്തകം* are the names of a particular person, place and thing respectively. Thus these are **Proper nouns.**

(ii) **Abstract noun** is the Second kind of noun, it is a name of a quality. e.g. *അഴക്, മിടുക്ക്*

(iii) **Verbal noun** is a name of an action *പഠിപ്പ്, വരവ്*

Proper nouns are formed by four different ways in Malayalam.

Read out the following —

(a) സംജ്ഞാനാമം	names
(b) സാമാന്യനാമം	common nouns
(c) സർവ്വനാമം	Pronoun
(d) മേയനാമം	Material noun

1. From names (സംജ്ഞാനാമം)

രാമൻ	Raman
ബൈബിൾ	Bible
ഗീത	Geetha
ഖുറാൻ	Kuran

2. Common nouns (സാമാന്യനാമം)

മരം	Tree
മനുഷ്യൻ	Man
മൃഗം	animal

3. Pronoun (സർവ്വനാമം)

അവൻ	He	ഇവൻ
അവൾ	Her	ഇവൾ
അത്	that	ഇത്
ആ	the	ഈ

4. Material noun (മേയനാമം)

വെള്ളം	മണ്ണ്	സ്വർണ്ണം
ആകാശം	വായു	

REMARKS

പ്രത്യേകം ഓർമിക്കുക (Pratyēkaṃ Ōrmikkuka)

There are 19 kinds of pronouns in Malayalam.

8TH STEP എട്ടാം ചുവട്

GENDER- ലിംഗം (Liṅgaṃ)

ലിംഗം Liṅgaṃ (Gender) is the distinction of sex. **Malayalam** has only three genders— പുല്ലിംഗം Pulliṅgaṃ (masculine), and സ്ത്രീലിംഗം Strīliṅgaṃ (feminine) നപുംസകലിംഗം Napuṃsakaliṅgaṃ (Neuter gender)

(i) The names of males are always masculine.

(ii) The names of females are always feminine

(iii) If the nouns are not masculine or feminine that nouns are neuter gender.

Examples: ഉദാഹരണങ്ങൾ

Masculine	**feminine**	**neutergender**
പുല്ലിംഗം	സ്ത്രീലിംഗം	നപുംസകലിംഗം
അച്ഛൻ (father)	അമ്മ (mother)	കല്ല് (stone)
അദ്ധ്യാപകൻ (Teacher)	അധ്യാപിക (teacher)	തൂൺ (Pillar)
ആങ്ങള (Brother)	പെങ്ങൾ (sister)	സ്കൂൾ (School)

There is many ways to indicate nouns with gender in Malayalam.

1. Use seperate words

പുല്ലിംഗം	**സ്ത്രീലിംഗം**
ആൺ (male)	പെൺ (female)
കാള (bull)	പശു (cow)

2. Use ആൺ or പെൺ before nouns.

പുല്ലിംഗം	**സ്ത്രീലിംഗം**
ആൺ സിംഹം	പെൺ സിംഹം
ആൺ കുട്ടി	പെൺ കുട്ടി

3. Some suffixes to be added with nouns to make different gender forms.

– അൻ	മിടുക്കൻ (good boy)
– ഇ	മിടുക്കി (good girl)
– അം	കേമം (best)
– അൾ	ഇവൾ (this girl)
– ത്തി	വേടത്തി (lady hunter)

9TH STEP ഒമ്പതാം ചുവട്

NUMBER - വചനം - Vacanam̥

Like English and many other Indian regional languages, there are two numbers in Malayalam— (i) ഏകവചനം(Singular) & (ii) ബഹുവചനം (Plural). Malayalam does not recognize the ദ്വിവചനം (dual number) found in Sanskrit. All nouns, pronouns and verbs fall under these two heads of number.

Following are singular forms.

1. **പുല്ലിംഗ ഏകവചനം (Masculine gender)**
   അൻ - അവൻ (He) - Singular
2. **സ്ത്രീലിംഗ ഏകവചനം (Feminine gender)**
   അൾ - അവൾ (She) - Singular
3. **നപുംസകലിംഗം ഏകവചനം (Neuter gender)**
   അം - മരം (Tree) - Singular

All the nouns change their forms according to their numbers and genders.

When we are discussing about number separately, we shall treat masculine and feminine nouns separately. **Look at the following, which are categorically set.**

1. സലിംഗ ബഹുവചനം
   gender plurals
2. അലിംഗ ബഹുവചനം
   Plurals there is no gender.
3. പൂജക ബഹുവചനം
   Plural forms which is used honarificaly.

Gender suffixes

In Malayalam, use suffixes to make plural forms. These are

1. സലിംഗ ബഹുവചനം

For gender plurals. മാർ, കൾ

e.g സ്നേഹിതന്മാർ(Friends); വിദ്യാർത്ഥിനികൾ (female students)

2. അലിംഗ ബഹുവചനം

For non gender Plurals. അര, കൾ

e.g മനുഷ്യർ (Men); ദേവകൾ (gods)

3. പൂജക ബഹുവചനം

honarific plural. അർ, കൾ

e.g ആചാര്യർ (honarable Teacher); അവർകൾ (Esq)

10TH STEP പത്താം ചുവട്

CASE & POST-POSITIONS OF NOUNS

കാരകങ്ങളും വിഭക്തികളും - Kārakaṅṅaḷuṃ Vibhaktikaḷuṃ

There are seven cases in Malayalam expressed by different post-positions or case-endings. The post-positions mostly correspond to English prepositions. The post-positions (വിഭക്തി) of all the cases are as given below:

Case	Post-positions	Usage
1. നിർദേശിക Nominative	X, ൻ	അവൻ
2. പ്രതിഗ്രാഹിക Objective	എ to	അവനെ
3. സംയോജിക Sociative	ഓട്, ഒട്	അവനോട്
4. ഉദ്ദേശിക Dative	ക്ക്, ്വ്	അവൾക്ക്, അവന്ന്,
5. പ്രയോജിക Ablative	കൊ്, ആൽ from, for, since, than	അവനാൽകൊ്, ആൽ
6. സംബന്ധിക Possessive	ഉടെ/ ന്റെ	അവളുടെ, അവന്റെ
7. ആധാരിക Locative	ഇൽ, കൽ	അവനിൽ, അതിങ്കൽ

Learn the usage of cases in the following phrases or sentences. All the cases have been given respectively.

1. നിർദേശിക

(i) രാമൻ വന്നു — Raman came.
(ii) ശിവൻ പറഞ്ഞു — Sivan said.
(iii) അവൻ പോയി — He went.

2. പ്രതിഗ്രാഹിക

(i) രാജു രാമനെ ക‌ു — Raju saw Raman
(ii) ഞാൻ പാമ്പിനെ കൊന്നു — I killed a snake.
(i) മേരിയെ വിളിക്കു — Call Mary

3. സംയോജിക

(i) ഞാൻ രാമനോട് പറഞ്ഞു. I Said to Rama
(ii) ഞാൻ അവനോട് ചേർന്നു. I Joined to him
(iii) അവൻ രവിയോട് ചോദിച്ചു. — He asked Ravi

4. ഉദ്ദേശിക

(i) ഞാൻ സീതയ്ക്ക് നല്കി — I gave to seetha

5. പ്രയോജിക

(i) അത് രാമനാൽ നല്കപ്പെട്ടു It has given by Rama
(ii) ക്ഷീണംകൊ‌് ഉറങ്ങി — Slept with tiredness.

6. സംബന്ധിക

(i) ജാനകിയുടെ പുസ്തകം — Janaki's book
(ii) രാമന്റെ ആത്മാവ് — Rama's Soul

7. ആധാരിക

(i) രാമനിൽ ക‌ു. — Saw in Rama.
(ii) പടിക്കൽ നിൽക്കുന്നു. — Standing on steps

PART -2 (11TH STEP to 2OTH STEP)

11TH STEP പതിനൊന്നാം ചുവട്

PRONOUN

സർവ്വനാമം (Sarvvanāmaṃ)

സർവ്വനാമം - Pronoun (Sarvvanāmaṃ) is a word used in place of noun. Actually it represents, a noun. In Malayalam, there are four kinds of major pronouns :

(1)	*പുരുഷവാചക (Personal pronoun)*	*: e.g. ഞാൻ (I), നീ (you) അവൻ (he), താങ്കൾ (You)*
(2)	*വിവേചക സർവ്വനാമം (demonstrative pronoun)*	*: e.g. അത് (that) ഇത് (this)*
(3)	*ചോദ്യ സർവ്വനാമം (Interrogative pronoun)*	*: e.g. ഏത് (which), ആര് (who) എന്ത് (what)*
(4)	*വ്യക്ഷപേക സർവ്വനാമം (relative pronoun)*	*: e.g. ഏതാണ് യാതൊന്ന് (which one)*

There are three പുരുഷവാചി pronouns in Malayalam.

(i) ഉത്തമ പുരുഷൻ First person — ഞാൻ I, ഞങ്ങൾ We
(ii) മധ്യമ പുരുഷൻ Second person— നീ you, നിങ്ങൾ you (Polite)
(iii) പ്രഥമപുരുഷൻ Third person — അവൻ he, അവൾ She

there are all പുരുഷവാചി സർവ്വനാമങ്ങൾ.

അവൻ he singular	*അവൾ she singular*	*അത് that singular*	*ആ that, the singular, plural*
ഇവൻ this man singular	*ഇവൾ this girl singular*	*ഇത് this thing singular*	*ഈ this thing singular, plural*

ഞാൻ	ഞങ്ങൾ	നീ	നിങ്ങൾ
I	*we*	*you M/F*	*you plural M/F*
singular F/M	*Plural M/F*		

അവർ	അവ
they	*they*
plural F/M	*nuetral*

Let us use some pronouns as in the following sentences:

1. അതിനെ കുറിച്ച് എനിക്ക് ഒന്നും അറിയില്ല.	*I don't know anything about it.*
2. ഞങ്ങൾ അവിടെ പോകാൻ ആഗ്രഹിക്കുന്നില്ല.	*We don't want to go there.*
3. അത് വളരെ ശരിയാണ്.	*It is quite right*
4. അദ്ദേഹം ഇനി എന്തു ചെയ്യും?	*What will he do now?*
5. പൂനയിൽ താങ്കൾ എവിടെയാണ് താമസിക്കുന്നത്?	*Where will you stay at Pune?*
6. ഞാൻ അവിടത്തന്നെ ഉായിരുന്നു.	*I myself was present there.*
7. ആരോ വരുന്നു്.	*Some one has to come*
8. അങ്ങനെ ആരാണ് പറഞ്ഞത്.	*Who says it?*
9. താങ്കൾക്ക് ഇപ്പോൾ എന്താണ് േവത് ?	*What do you want now?*
10. കുറച്ച് പഴം കഴിക്കു.	*Take some fruit.*

REMARKS

പ്രത്യേകം ഓർമിക്കുക (Pratyēkaṃ Ōrmikkuka)

the pronouns താങ്കൾ (thangal) നിങ്ങൾ (Ningal) നീ (Nee) have different honourific values. All the words means 'You'

താങ്കൾ is used in addressing one's seniors. അവർ is used with a third person plural noun whether the reference is to one or more than one. നീ is used in addressing one's relatives or close friends. It is also used to address persons of lower status then the speaker.

12TH STEP പന്ത്രണ്ടാം ചുവട്

ADJECTIVE

(നാമവിശേഷണം) (Nāmaviśēṣaṇaṃ)

An adjective is a word added to a noun to describe it, or placed in the predicate to describe the subject.

There are six types of Adjectives in Malayalam.

1. ശുദ്ധം - Pure adjectives using closing with nouns
   e.g. നറുമണം.
   goodsmell.

2. സാർവ്വനാമികം pronous which are used as Adjectives
   ഏതു ദിക്ക് ?
   which place?

3. സാംഖ്യം numeral adjective
   ഒരു പുസ്തകം.
   One book

4. വിഭാവകം Indicating the quality (qualitative)
   മിടുക്കനായ കുട്ടി
   goodboy.

5. പാരിമാണികം quantitative
   ഒരു കിലോ അരി
   One k.g. rice.

6. നാമാംഗജം Participle adjective
   നനഞ്ഞ മു്.
   wet dress.

7. ക്രിയാംഗജം Participle adverb
   ഉറക്കെ പറഞ്ഞു
   Told covely

13TH STEP പതിമൂന്നാം ചുവട്

VERB

ക്രിയ (Kriya)

VERBS (ക്രിയ) are used to express an action or a state of being. For example ഇത് ഒരു പുസ്തകം ആകുന്നു. (Ithu oru pusthakam Akunnu) - This is a book. Is (ആകുന്നു Akunnu) is the verb that shows the state of being of a book "പുസ്തകം pusthakam.'

Raman cherukatha Vaayikunnu.
രാമൻ ചെറുകഥ വായിക്കുന്നു.
Rāmaṇ Ceṛukatha Vāyikkunnu.

Verbs are generally of two kinds—

(i) Transitive - സകർമ്മക ക്രിയ
(ii) Intransitive - അകർമ്മക ക്രിയ

(i) Transitive - സകർമ്മകക്രിയ (Sakarmaka Kriya)

Verbs that take objects (കർമ്മം karmam) are called transitive verbs.

Gopal learns Malayalam.
ഗോപാലൻ മലയാളം പഠിക്കുന്നു.
Gōpālan Malayāḷaṃ Paṭhikkunnu.

The Object is found out by asking what or whom to the verb. An object is required to complete the sense of a transitive, verb. In the above sentence "മലയാളം" "Malayalam" is the object; because it is the answer to the question, what does Gopal learn?

(ii) Intransitive Verb - *അകർമ്മക ക്രിയ (Akarmaka Kriya)*

Verbs that don't take objects are called intransitive verbs.
Kamala goes home.
കമല വീട്ടിൽ പോകുന്നു.
Kamala Vīṭṭil Pōkunnu.

Here the verb "goes" doesn't take any object. Hence it is intransitive.

1. സകർമ്മകക്രിയ (Sakarmmakakriya) Transitive Verbs

1.	to do	പ്രവർത്തിക്കുക, ചെയ്യുക	Pravarttikkuka, Ceyyuka
2.	to read	വായിക്കുക	Vāyikkuka,
3.	to write	എഴുതുക	Eẕutuka,
4.	to see	കാണുക	Kāṉuka,
5.	to know	അറിയുക	Aṟiyuka,
6.	to hear	കേൾക്കുക	Kēḷkkuka,
7.	to tell	പറയുക	Paṟayuka,
8.	to keep	സൂക്ഷിക്കുക	Sūkṣikkuka ,

2. അകർമ്മകക്രിയ (Akarmmakakriya) Intransitive Verbs

1.	to sleep	ഉറങ്ങുക	Uraṅṅuka
2.	to walk	നടക്കുക	Naṭakkuka,
3.	to run	ഓടുക	Ōṭuka,
4.	to live	വസിക്കുക	Vasikkuka,
5.	to come	വരിക	Varika,
6.	to go	പോവുക	Pōvuka
7.	to laugh	ചിരിക്കുക	Cirikkuka,
8.	to be	ഉ ായി രിക്കുക	Uṇṭāyirikkuka

Transitive and intransitive verbs have two parts -

1. സാമാന്യക്രിയ (Sāmānyakriya) Infinitive
2. ക്രിയാ ധാതു (Kriyā Dhātu,) Root

By adding "ഉക" (Uka) to the verb root we can get the infinitive form.

Verb Root				Infinitive	
1.	ചെയ്	Ceyy	to read	ചെയ്യുക	Ceyyuka
2.	എഴുത്	Eẕutu,	write	എഴുതുക	Eẕutuka,
3.	കുടി	Kuṭi	drink	കുടിക്കുക	Kuṭikkuka
4.	വായിക്ക്	Vāyikku	read	വായിക്കുക	Vāyikkuka,
5.	നിൽക്ക്	Nilkku	Stand	നിൽക്കുക	Nilkkuka

വിധി രൂപങ്ങൾ (Vidhi Rūpaṅṅaḷ) Imperative Mood

The imperative mood is used when we give commands, an order or make a request. In English "You" is used to address any one irrespective of age, position or status. But in Malayalam three different words are used in place of "You".

(1)	നീ (Nī)	To address Children, those who are younger than us and God.
(2)	നിങ്ങൾ (Niṅṅaḷ)	To address equals, friends.
(3)	താങ്കൾ (Tāṅkaḷ.)	To address elders and superiors.

Please note the changes in the verb :-

	നീ Nī,	നിങ്ങൾ Niṅṅaḷ,	താങ്കൾ Tāṅkaḷ,
Come :	വാ Vā,	വരൂ Varū,	വന്നാലും Vannālum,
Go :	പോ Pō,	പോകൂ Pōkū,	പോയാലും Pōyālum
See :	കാണ് Kāṇ,	കാണൂ Kāṇū,	കണ്ടാലും Kaṇṭālum
Come :	കുടി Kuṭi	കുടിക്കൂ Kuṭikkū	കുടിച്ചാലും Kuṭiccālum

In the above the third form is used to indicate the polite form of imperative mood in Malayalam.

REMARKS

പ്രത്യേകം ഓർമിക്കുക (Pratyēkam Ōrmikkuka)

1. Imperative mood is formed in two ways.

a. In ordinary way and b. In honorified way

Ex. : a.നീ	*Nī,*	*നിങ്ങൾ*	*Niṅṅaḷ,*
വാ	*Vā,*	*വരൂ*	*Varū,*

b. താങ്കൾ വന്നാലും** (Tāṅkaḷ,Vannālum,) **You please come.

You please go.	*പോയാലും*	*Pōyālum*
You please drink.	*കുടിച്ചാലും*	*Kuṭiccālum*

14TH STEP പതിനാലാം ചുവട്

TENSE (1)

(കാലം) Kālaṃ

1. Present Indefinite Tense ***സാമാന്യവർത്തമാന കാലം***
(Sāmānyavarttamāna Kālaṃ)

കാലം (tense) of a verb shows the time of an action. There are three main tenses in Malayalam.

(i)	വർത്തമാന കാലം	Present Tense
(ii)	ഭാവികാലം	Future Tense
(iii)	ഭൂത കാലം	Past Tense

First Person	ഞാൻ	ആണ്	/ ആകുന്നു	I am
	ഞങ്ങൾ	"	"	We are
Second Person	നീ	"	"	
	നിങ്ങൾ	"	"	You are
	താങ്കൾ	"	"	
Third Person	അവൻ			He is
	അവൾ			She is
	താങ്കൾ			They are

In Malayalam the verb "be" has only one form. "ആണ് (Āṇ) or ആകുന്നു. (Ākunnu)

It will not change according to the number, gender or person.

To make the Simple Present or Indefinite "ഉന്നു" (Uunu) added to the verb root. Ex :

1. Rama comes.
   രാമൻ വരുന്നു.
   Rāman Varunnu

2. Sita goes.
സീത പോകുന്നു
Sīta Pōkunnu

Children play.Unlike English, the present tense form does not change according to the number or person.

***Negative Forms* നിഷേധ രൂപം *Niṣēdha Rūpaṃ* :**

By adding ഇല്ല "Illa" to the present tense verb, the negative form is made.

1. We don't write. ഞങ്ങൾ എഴുതുന്നില്ല
2. Children don't play. കുട്ടികൾ കളിക്കുന്നില്ല.

2. *Present Continuous Tense* വർത്തമാന കാലം *Varttamāna Kālaṃ*

To make the present continuous tense in Malayalam, "Kondirikkunnu" കൊറിരിക്കുന്നു is to be added to the past tense form of the verb.

Ex:Verb Root	***Past TensePresent***	***Continuous form***
എഴുത്	എഴുതി	എഴുതികൊറിരിക്കുന്നു.
കളി	കളിച്ചു	കളിച്ചുകൊറിരിക്കുന്നു.

ഞങ്ങൾ എഴുതികൊറിരിക്കുന്നു.
We are writing.
കുട്ടികൾ കളിച്ചുകൊറിരിക്കുന്നു.
Children are playing.

There is no negative form in Malayalam for this tense.

3. Doubtful Present Tense

To make the Doubtful Present Tense 'ആയിരിക്കും' is to be added to the Simple Present Tense form.

(1) രാമൻ വരുന്നുായിരിക്കും.
Raman may be coming
(2) കുട്ടികൾ കളിക്കുന്നുായിരിക്കും.
Children may be playing

By adding ഇല്ല "Illa" to the Doubtful Present Tense form, the negative form is made.

4. *Future Tense* ഭാവികാലം*Bhāvikālaṃ*

Future tense can be divided into two.

(1) രാമൻ വരുന്നു ായിരിക്കുകയില്ല.
Raman may not be coming

Future Indefinite Tense-സാമാന്യ ഭാവികാലം(Sāmānya Bhāvikālaṃ)

By adding ഉം "UM" to the verb root, Future Indefinite Tense can be made.

(1)	കുട്ടികൾ	കളിക്കും	Children will play
(2)	ഞങ്ങൾ	എഴുതും	We Shall write
(3)	ഞാൻ	എഴുതും	I Shall write

By adding ഇല്ല "Illa" to the Future Indifinite Tense form, the negative form is made.

(1) രാമൻ വരില്ല Ram will not come

5. Contingent Future സംഭവ്യ ഭൂതകാലം (Sambhavya Bhūtakālaṃ)

To express possiblity, willingness, permission, suggestion, purpose or condition. 'ആകട്ടെ, Ākaṭṭe' is to be added to the verb root.

We add the verb root. Please note the conjugation.

1. ഞങ്ങൾ എഴുത Let us write.
2. കുട്ടികൾ കളിക്ക Let the children play.

The negative form is given below.

(1) രാമൻ വരത്തില്ല Let Ram not come

REMARKS

(പ്രത്യേകം ഓർമിക്കുക (Pratyēkaṃ Ōrmikkuka)

In English, the number and person play an important role in bringing the changes in the imperative mood and different Tenses. But in Malayalam these are not at all important. In the contingent future tense there is a conjugation to the verb root.

15TH STEP പതിഞ്ചാം ചുവട്

TENSE (2)

(കാലം) Kālaṃ

Past Tense ഭൂതകാലം Bhūtakālaṃ

The different types of Past Tense :-

1. സാമാന്യ ഭൂതകാലം **Past Indefinite Tense**	***I went***
2. ആസന്ന ഭൂതകാലം **Present Perfect Tense**	***I have gone***
3. പൂർണ്ണ ഭൂതകാലം **Past Perfect Tense**	***I had gone***
4. സംന്നിഗ്ധ ഭൂതകാലം **Doubtful Past Tense**	***I might have gone***
5. അപൂർണ്ണ ഭൂതകാലം **Past Continuous Tense**	***I was going***
6. സംഭവ്യ ഭൂതകാലം **Past Conditional Tense**	***If I had gone, I would have met him***

1. Past Indefinite Tense സാമാന്യ ഭൂതകാലം Sāmānya Bhūtakālaṃ

സാമാന്യ ഭൂതകാലം — I went

In Malayalam irrespective of the number, gender or person the verb is conjugated as follows :-

a. Transitive verb സകർമ്മക ക്രിയ (Sakarmaka Kriya)

Verb Root	**Past tense form**
ചെയ്യുക	ചെയ്തു
എഴുതുക	എഴുതി
കുടിക്കുക	കുടിച്ചു

b. Intransitive verb *അകർമ്മക ക്രിയ* ***(Akarmaka Kriya)***

നടക്കുക	നടന്നു
ഇരിക്കുക	ഇരുന്നു

2. Present Perfect Tense-ആസന്ന ഭൂതകാലം

Here also the conjugation is not based on the number, gender or person :-

Transitive verb സകർമ്മക ക്രിയ

Verb	Present Perfect Form
എഴുതുക	എഴുതിയിട്ടു്
കുടിക്കുക	കുടിച്ചിട്ടു്
വായിക്കുക	വായിച്ചിട്ടു്

2. Intransitive verb അകർമ്മക ക്രിയ

Verb	Present Perfect Form
നടക്കുക	നടന്നിട്ടു്
ഇരിക്കുക	ഇരുന്നിട്ടു്
പോകുക	പോയിട്ടു്

3. Past Perfect tense : *പൂർണ്ണ ഭൂതകാലം Pūrṇṇa Bhūtakālaṃ*

In this tense also the number, gender and person are not taken into consideration. Notice the following.

Transitive	*Verb root*	*Past Perfect*
	ചെയ്യുക	ചെയ്തിട്ടുായിരുന്നു
	എഴുതുക	എഴുതിയിട്ടുായിരുന്നു
	കുടിക്കുക	കുടിച്ചിട്ടുായിരുന്നു

Intranstive verbs

നടക്കുക	നടന്നിട്ടുായിരുന്നു
ഇരിക്കുക	ഇരുന്നിട്ടുായിരുന്നു
പോകുക	പോയിട്ടുായിരുന്നു

4. Doubtful Past *സന്നിഗ്ധ ഭൂതം.*

Again this tense is formed without giving importance to the number, gender and person.

Transitive verb

Please add ഉ ായി രിക്കും to the verb

Verb	Doubtful past
ചെയ്യുക	ചെയ്തിട്ടുായിക്കും.

5. Past Continuous

Please add കൊിരിക്കയായിരുന്നു. to the verb.

Ex : ചെയ്യുക ചെയ്തുകൊിരിക്കുകയായിരുന്നു.

6. Past Conditional : ഹേതുമദ് ഭൂതകാലം.

To express an action which would have happened if a certain condition had been fulfilled in the past, we use this tense.

Ex : If Rama had come, Sita also would have come.

രാമൻ വന്നിട്ടുായിരുന്നെങ്കിൽ സീതയും വരുമായിരുന്നു.

This tense is also formed without giving any importance to the number, gender and person. Add 'എങ്കിൽ' (Engil) to the Past Perfect Tense form of the verb of the first sentence denoting the condition and 'ആയിരുന്നു'(Aiyrunnu) to the Future Tense form of the verb of the second sentence.

Rama had come.

1. രാമൻ വന്നിട്ടുായിരുന്നു. + എങ്കിൽ
2. സീതയും വരും + ആയിരുന്നു.

സീതയും വരുമായിരുന്നു.

രാമൻ വന്നിട്ടുായിരുന്നെങ്കിൽ സീതയും വരുമായിരുന്നു.

If Rama had come, Sita also would have come.

REMARKS

പ്രത്യേകം ഓർമിക്കുക (Pratyēkaṃ Ōrmikkuka)

In Malayalam don't affert the verb phrase the number, gender or person. So also the same rules are applicable to the Transitive and Intransitive verbs.

Use of "may", "can", "must"

May : - To express doubt or permission we use "may",

Can : - To express ability or permissions we use can.

Must : - To show compulsion "Must" is used.

16TH STEP പതിറാം ചുവട്

VOICE

(പ്രയോഗം) (Prayōgam)

There are two kinds of voice in Malayalam like English.

(i) കർത്തരി പ്രയോഗം Active voice

(ii) കർമ്മണി പ്രയോഗം Passive voice

The function of the voice is to show whether in a particulars sentence the object or the object of a verb is prominent.

In the *Active voice,* the importance is given to the subject. For example:

ഞാൻ കത്ത് എഴുതി I wrote a letter.

In this sentence ഞാൻ (subject) is important hence the stress on it. But if the object is to be given prominence, the verb gets an additional പെട്ടു in the past tense and the subject takes the case-ending ആൽ (by). Then it becomes *Passive voice.*

കത്ത് എന്നാൽ എഴുതപ്പെട്ടു The letter is written by me.

In the *Impersonal voice,* neither the subject nor the object in the past *(ഭാവപ്രയോഗം)* the verb used is to be in transitive and remains in the third person irrespective of the number. In the third person its number is always singular and gender masculine.

We cannot run in the hot sun.

ഈ കഠിന വെലയിലത്ത് നിങ്ങൾക്ക് ഓടാൻ കഴിയുമോ

Ī Kaṭhinavelayilatt Ninṅaḷkk Ōṭān Kaẓiyumō

പ്രയോഗ പരിവർത്തനംChange of voice

When we change a sentence from the Active voice to the Passive voice, the object of the Active voice becomes the subject of the Passive voice and vice versa.

The Passive voice is formed by adding related tense forms of പെട്ടു to the past tense and ആൽ, or മൂലം, മുഖാന്തിരം with the subject.

Examples:

Active : I pluck the flower.

ഞാൻ പൂവ് പറിച്ചു

Ñān Pūv Paṟiccu

Passive : The flower was plucked by me.

പൂ എന്നാൽ പറിക്കപ്പെട്ടു.

Pū Ennāl Paṟikkappeṭṭu.

Active : She is singing a song.

അവൾ പാട്ടു പാടുന്നു

Avaḷ Pāṭṭu Pāṭunnu.

Passive : A song was sung by her.

പാട്ട് അവളാൽ പാടപ്പെടുന്നു.

Pāṭṭ Avaḷāl Pāṭappeṭunnu.

Active : Shah Jahan built the Taj Mahal.

ഷാജഹാൻ താജ്മഹൽ നിർമ്മിച്ചു.

Ṣājahān Tājmahal Nirmmiccu.

Passive : The Taj Mahal was built by Shah Jahan.

താജ്മഹൽ ഷാജഹാനാൽ നിർമ്മിക്കപ്പെട്ടു.

Tājmahal Ṣājahānāl Nirmmikkappeṭṭu.

REMARKS

പ്രത്യേകം ഓർമിക്കുക (Pratyēkaṃ Ōrmikkuka)

There is no importance in function Malayalam of passive voice. It is used only with the trasilations of English, Hindi and sanskrit sentences because in that languages are giving much more importance invoice form.

In Malayalam subject is avoided usualy in passive voices.

17TH STEP പതിനേഴാം ചുവട്

THE KINDS OF SECONDARY VERBS

(പ്രകാരങ്ങളും മറ്റു സഹായകക്രിയകളും)

(Prakāraṅṅaḷuṃ Maṟṟu Sahāyakakriyakaḷuṃ)

Auxiliary verbs - സഹായക ക്രിയകൾ

Auxiliary verbs are helping verbs. They help the main verbs to form their tenses, voices etc.

"May, might, can, could, must, ought to, shall and should" are some of the auxiliary verbs.

"May" and "can" can be used to indicate permission. "May" is more formal than "can".

You may go now.

താങ്കൾക്ക് ഇപ്പോൾ പോകാം (Tāṅkaḷkk Ippōḷ Pōkāṃ)

You can go now.

നിങ്ങൾക്ക് ഇപ്പോൾ പോകാം (Niṅṅaḷkk Ippōḷ Pōkāṃ)

"May" usually means that the speaker is giving permission.

"Can" is used to denote that either the speaker is giving permission or there is a general permission.

"Could" also can be used for permission. It is more polite.

Ex.: May I use your phone ?
Can I use your phone ?
Could I use your phone ?
ഞാൻ താങ്കളുടെ ഫോൺ ഉപയോഗിക്കട്ടേ ?
Ñān Tāṅkaḷuṭe Phōṇ Upayōgikkaṭṭē ? *(or)*
എനിക്കു താങ്കളുടെ ഫോൺ ഉപയോഗിക്കാമോ ?
Enikku Tāṅkaḷuṭe Phōṇ Upayōgikkāmō ?

May, "might", and "Can" express possibility. Note the difference in meaning in the example given below :-

They may postpone the marriage. (Perphaps they may postpone, perhaps not)
അവർ വിവാഹം മാറ്റി വയ്ക്കുമായിരിക്കും. (ഒരു പക്ഷേ മാറ്റിവയ്ക്കും, ചിലപ്പോൾ ഇല്ല.) Avar Vivāhaṃ Māṟṟi vaykkumāyirikkuṃ. (Oru Pakṣē Māṟṟivaykkuṃ, Cilappōḷ Illa.)

"Can" shows occasional possibility.

Watching TVcan be bad for the eyes.
ടി.വി. കാണുന്നത്കൊ് കണ്ണുകൾക്ക് അസുഖമുാകാം.
Ṭi.Vi. Kāṇunnatkoṇṭ Kaṇṇukaḷkk Sukhakkēṭuṇṭākāṃ.

"Can" is used to show ability also.

Gopalan can speak five languages.
ഗോപാലന് അഞ്ച് ഭാഷകൾ സംസാരിക്കാൻ കഴിയും.
Gōpālan Añc Bhāṣakaḷ Saṃsārikkān Kaẕiyuṃ.

May God bless you.
ഈശ്വരൻ (ദൈവം) നിങ്ങളെ അനുഗ്രഹിക്കട്ടെ !
Īśvaran (Daivaṃ) Niṅṅaḷe Anugrahikkaṭṭe !

Here "may" indicates hope.

__Could__

Kamala could recite Bhagavath Geetha when she was seven.
ഏഴുവയസുള്ളപ്പോൾതന്നെ കമലയ്ക്ക് 'ഭഗവത്ഗീത' കാണാപാഠ മായിരുന്നു.
(Ēẕuvayasuḷḷappōḷtanne Kamalaykk "Bhagavatgīta" Kāṇāpāṭha māyirunnu.)

"Can" or "Could" can be used for requests.
Could you lend me Rs. 100/-?
എനിക്ക് നൂറുരൂപാ കടമായി തരാമോ?
Enikk Nūṟurūpā Kaṭamāyi Tarāmō?

In the sentence, "You could have bought that pen yesterday", "Could" indicates that the action did not take place ie :
നിങ്ങൾക്ക് ഇന്നലെ ആ പേന വാങ്ങിക്കാമായിരുന്നു.
Niṅṅaḷkk Innale Ā Pēnā Vāṅṅikkāmāyirunnu
You didn't buy the pen. (നിങ്ങൾ വാങ്ങിയില്ല) (Niṅṅaḷ Vāṅṅiyilla)
But when we are not sure whether the action has taken place or not, we can use "Could' in the following sentences:-
The pen is not in the bag. Your brother could have taken it.
പേനാ ബാഗിലില്ല നിങ്ങളുടെ സഹോദരൻ എടുത്തു കാണു മായിരിക്കും.

Pēnā Bāgililla Niṅṅaḷuṭe Sahōdaran Eṭuttukāṇumāyirikkuṃ.

"Must and Ought to"
To show obligation "Must " is used.

The students must obey the teacher
വിദ്യാർത്ഥികൾ അധ്യാപകനെ അനുസരിക്കണം.
Vidyārtthikaḷ Adhyāpakane Anusarikkaṇaṃ.

"Should" also can be used for the same purpose.

You should attend all classes.
നിങ്ങൾ എല്ലാ ക്ലാസുകളിലും ഹാജരാകണം.
Niṅṅaḷ Ellā Klāsukaḷilum Hājarākaṇaṃ.

"Must" can be used for emphatic advice. Note the difference int he meaning between the two.

The doctor told me that I must take complete rest for one month.
ഞാൻ ഒരു മാസം പൂർണ്ണവിശ്രമം എടുക്കണമെന്ന് ഡോക്ടർ പറഞ്ഞു
(Ñān Oru Māsaṃ Pūrṇṇaviśramaṃ Eṭukkaṇamenn Ḍōkṭar Paṟaññu)

or

എനിക്ക് ഒരു മാസത്തെ പൂർണ്ണവിശ്രമം ആവശ്യമാണെന്ന് ഡോക്ടർ പറഞ്ഞു. (Enikk Oru Māsatte Pūrṇṇaviśramaṃ Māvaśyamāṇenn Ḍōkṭar Paṟaññu.)

"Should" is used for giving instructions and corrections.

Ex .Applications should reach this office on 15th Feb. 2006
അപേക്ഷാഫോറം 2006 ഫെബ്രവരി പതിനഞ്ചാം തീയതിക്കുള്ളിൽ ഈ ആഫിസിൽ എത്തിയിരിക്കണം. (Apēkṣāphōṟaṃ 2006 Phrebravari Patinañcāṃ Tīyatikkuḷḷil Ī Āphisil Ettiyirikkaṇaṃ.)

We ought to obey our parents.
നമ്മൾ മാതാപിതാക്കന്മാരെ അനുസരിക്കണം.
Nammaḷ Mātāpitākkanmāre Anusarikkaṇaṃ.

You must not go so fast
നിങ്ങൾ അത്ര വേഗത്തിൽ പോകേതില്ല.

The above sentences denote "Duty"

You needn't do this work.
നിങ്ങൾ ഈ ജോലി ചെയ്യേതില്ല.

INTEROGATIVES ON OBLIGATION

Must I wait here?
ഞാൻ ഇവിടെ കാത്തിരിക്കട്ടെ?
Shall I have to wait here.
എനിക്ക് ഇവിടെ കാത്തിരിക്കേിവരുമോ.

18TH STEP പതിനെട്ടാം ചുവട്

INDECLINABLE

(അവ്യയങ്ങൾ) (Avyayanna!)

പ്രകാരം the words which remain always unchangeable are called (indeclinable).

There are four types of indeclinable words—

1. ക്രിയാവിശേഷണം	Adverb
2. വിഭക്തി പ്രത്യയങ്ങൾ	Post-position
3. സമുച്ചയങ്ങൾ	Conjunction
4. ആശ്ചര്യശബ്ദങ്ങൾ	Exclamation

1. ക്രിയാവിശേഷങ്ങൾ **(Adverbs)**

(A word which mostly qualifies a verb)

(i) എങ്ങനെയാണ് അവൻ എഴുതുക?	How does he write?
(ii) എവിടേക്കാണ് നീ പോകുന്നത്	Where are you going?
(iii) പാട്ട് ഇപ്പോൾ ആരംഭിക്കും.	Now start singing.

In the above sentences ഇല്ല, എത്ര, എങ്ങനെ, എവിടെ, എപ്പോൾ are adverbs, because each of them qualifies its verb. All these are അവശ്യയം.

1. സ്ഥാനം സൂചിപ്പിക്കുന്നത്. (Location)

എവിടെ	Where	ഇവിടെ	here

2. രീതി സൂചിപ്പിക്കുന്നത് (Style)

പതുക്കെ	Slowly	എങ്ങനെ	How

3. നിഷേധ സൂചകം (Negative)

മതി	enough	ഇല്ല	no

4. കാല സൂചകം (Tense)

ഇപ്പോൾ	now	എപ്പോൾ	when

5. പരിമാണ സൂചകം (Quantity)

അത്ര	that much	ഇത്ര	this much

2. പ്രത്യയങ്ങൾ (Post - Positions)

(A word which shows relation of noun, pronoun, etc. Which

other word of the sentence)

1. പുസ്തകം മേശമേലാണ് — The book is on the table
2. വികാസ് പിന്നിൽ ഉ് — Vikas is in behind

In the above sentences മേൽ, പിന്നിൽ, പോലെ, are post - positions.

The following are post positions

സ്ഥാനസൂചകങ്ങൾ :	***മേൽ,***	***ൽ,***	***ചേർന്ന്***
Place	***on***	***in***	***with***
കാലസൂചകം : ശേഷം,	***മുമ്പ്,***	***കൂടെ,***	***ഒപ്പം***
time after	***before***	***with***	***with***
സമസൂചകം : പോലെ,	***സമാനം***		
equality like	***same***		
വിരോധ സൂചകം :	***എതിരെ***		
Opposite	***against***		
കാരണ സൂചകം :	***വേി, പറ്റി***		
Reason	***for, about***		

It must be noticed that പ്രത്യയങ്ങൾ come only after the words.

3. സമുച്ചയങ്ങൾ (Conjunctions)

1. ചോറും ചപ്പാത്തിയും — Bread and Rise
2. നിങ്ങൾ വരുന്നുവോ ഇല്ലയോ — Will you come or not?

In the above sentence ഉം (and) അതിനാൽ (so) ഓ (or) are conjunctions, which join respectively words and sentences.

The following are conjuctions

1. ഉം, അങ്ങനെ, അപ്രകാരം — and, thus, on that manner
2. അഥവാ, അല്ലെങ്കിൽ — or, or
3. അതിനാൽ, ആകയാൽ — hence therefor
4. പക്ഷേ, എന്നാൽ — but but

4. ആശ്ചര്യശബ്ദങ്ങൾ (Exclamations) (A word which express an exclamatory feeling or emotions of the speaker)

1. ഹായ് — Hurrah !
2. ഹോ! — oh!

19TH STEP പത്തൊൻപതാം ചുവട്

CARDINAL NUMERALS

(ഗണിത സംഖ്യകൾ) (Gaṇita Saṅkhyakaḷ)

1. ഒന്ന്
2. ര ്
3. മൂന്ന്
4. നാല്
5. അഞ്ച്
6. ആറ്
7. ഏഴ്
8. എട്ട്
9. ഒമ്പത്
10. പത്ത്
11. പതിനൊന്ന്
12. പന്ത്ര ്
13. പതിമൂന്ന്
14. പതിനാല്
15. പതിനഞ്ച്
16. പതിനാറ്
17. പതിനേഴ്
18. പതിനെട്ട്
19. പത്തൊൻപത്
20. ഇരുപത്
21. ഇരുപത്തൊന്ന്
22. ഇരുപത്തിര ്
23. ഇരുപത്തിമൂന്ന്
24. ഇരുപത്തിനാല്
25. ഇരുപത്തിയഞ്ച്
26. ഇരുപത്തിയാറ്
27. ഇരുപത്തിയേഴ്
28. ഇരുപത്തി യെട്ട്
29. ഇരുപത്തൊമ്പത്
30. മുപ്പത്
32. മുപ്പത്തി ര ്
33. മുപ്പത്തി മൂന്ന്
34. മുപ്പത്തി നാല്
35. മുപ്പത്തിയഞ്ച്
36. മുപ്പത്തിയാറ്
37. മുപ്പത്തിയേഴ്
38. മുപ്പത്തിയെട്ട്
39. മുപ്പത്തൊമ്പത്
40. നാൽപത്
41. നാൽപത്തി ഒന്ന്
42. നാൽപത്തി ര ്
43. നാൽപത്തി മൂന്ന്
44. നാൽപത്തി നാല്
45. നാല്പത്തിയഞ്ച്
46. നാല്പത്തിയാറ്
47. നാല്പത്തിയേഴ്
48. നാല്പത്തിയെട്ട്
49. നാല്പത്തൊമ്പത്
50. അൻപത്
51. അൻപത്തി ഒന്ന്
52. അൻപത്തി ര ്
53. അൻപത്തി മൂന്ന്
54. അൻപത്തി നാല്
55. അൻപത്തി യഞ്ച്
56. അൻപത്തിയാറ്
57. അൻപത്തിയേഴ്
58. അൻപത്തിയെട്ട്
59. അൻപത്തൊമ്പത്
60. അറുപത്
61. അറുപത്തി ഒന്ന്
62. അറുപത്തി ര ്
63. അറുപത്തി മൂന്ന്
64. അറുപത്തി നാല്
65. അറുപത്തിയഞ്ച്
66. അറുപത്തിയാറ്
67. അറുപത്തിയേഴ്
68. അറുപത്തിയെട്ട്
69. അറുപത്തൊമ്പത്
70. എഴുപത്
71. എഴുപത്തി ഒന്ന്
72. എഴുപത്തി ര ്
73. എഴുപത്തി മൂന്ന്
74. എഴുപത്തി നാല്
75. എഴുപത്തിയഞ്ച്
76. എഴുപത്തിയാറ്
77. എഴുപത്തിയേഴ്
78. എഴുപത്തിയെട്ട്
79. എഴുപത്തൊമ്പത്
80. എൺപത്
81. എൺപത്തി ഒന്ന്
82. എൺപത്തി ര ്
83. എൺപത്തി മൂന്ന്
84. എൺപത്തി നാല്
85. എൺപത്തിയഞ്ച്
86. എൺപത്തിയാറ്
87. എൺപത്തിയേഴ്
88. എൺപത്തിയെട്ട്
89. എൺപത്തൊമ്പത്
90. തൊണ്ണൂറ്
91. തൊണ്ണൂറ്റൊന്ന്
92. തൊണ്ണൂറ്റി ര ്
93. തൊണ്ണൂറ്റി മൂന്ന്
94. തൊണ്ണൂറ്റി നാല്
95. തൊണ്ണൂറ്റിയഞ്ച്
96. തൊണ്ണൂറ്റിയാറ്
97. തൊണ്ണൂറ്റിയേഴ്
98. തൊണ്ണൂറ്റിയെട്ട്
99. തൊണ്ണൂറ്റൊമ്പത്
100. നൂറ്.

200 ഇരുനൂറ്
300 മുന്നൂറ്
400 നാന്നൂറ്
500 അഞ്ഞൂറ്
600 അറനൂറ്
700 എഴുനൂറ്
800 എണ്ണൂറ്
900 തൊള്ളായിരം

1,000 ആയിരം	10,000പതിനായിരം	1,00,000 ലക്ഷം
	1,00,00,000 കോടി	

Ordinals - ക്രമാങ്കം

ആം is used to make numbers as ordinal. e.g.

1st	ഒന്ന് + ആം – ഒന്നാം First
2nd	ര് +ആം – രാം second
3rd	മൂന്ന് +ആം – മൂന്നാം third

Multiplicative numerals - ഗുണനാങ്കം

Use the word ഇരട്ടി with every number to make multiplication numerals

Twofold	ര I രട്ടി	Sevenfold	ഏഴ് ഇരട്ടി
Threefold	മൂന്നിരട്ടി	Eightfold	എട്ട് ഇരട്ടി
Fourfold	നാലിരട്ടി	Ninefold	ഒമ്പതിരട്ടി
Fivefold	അഞ്ചിരട്ടി	Tenfold	പത്തിരട്ടി.
Sixfold	ആറിരട്ടി		

Frequentative numerals - ആവർത്തനാങ്കം

Once	ഒരിക്കൽ, ഒരു വട്ടം	Four times	നാല് വട്ടം
Twice	ര ു വ ട്ടം	Five times	അഞ്ച് വട്ടം
Thrice	മൂന്നുവട്ടം		

Aggregative numerals - പൂർണ്ണാങ്കം

Both	All twenty
All three	Scores of
All four	Hundreds of
All ten	Thousands of

REMARKS

പ്രത്യേകം ഓർമിക്കുക (Pratyēkaṃ Ōrmikkuka)

1. ***ആയിരം (thousand) are usually used as nouns and prefixed by ഒരു etc***

20TH STEP ഇരുപതാം ചുവട്

SPELLING ERRORS AND ITS RECTIFIED WORD

There are some words which are mostly, used by common men. Try to follow the meaning of words.

ആസ്വാസം	ആശ്വാസം	Relief
കഷ്നം	കഷ്ണം	Piece
ചുറുക്കം	ചുരുക്കം	Brief
ദുഖം	ദുഃഖം	Grief
കല്ലൻ	കള്ളൻ	Thief
സിംഗം	സിംഹം	Lion
ഒറ്റഗം	ഒട്ടകം	camel
മാൺ	മാൻ	deer
എളി	എലി	rat
പെടകോയി	പിടക്കോഴി	hen
പ്യാവ്	പ്രാവ്	pigeon
കുയൽ	കുയിൽ	cuckkoo
മയൽ	മയിൽ	peacock
വിമനം	വിമാനം	Aeroplane
തിവ1	തീവ1	Train
കളവ1	കാളവ1	Bull cart
ബെസ്	ബസ്സ്	Bus
കൈകര്യ	കൈകാര്യം	handle
ഇഷ്ടപെട്ടു	ഇഷ്ടപ്പെടുക	like
പ്രണയക്കുക	പ്രണയിക്കുക	love
ജിവിക്കുക	ജീവിക്കുക	live
ഉയത്തുക	ഉയർത്തുക	Raise
തരംതരിക്കുക	തരംതിരിക്കുക	rate
വിക്കുക	വിൽക്കുക	sale

PART -3 (21ST STEP to 3OTH STEP)

21ST STEP
ഇരുപത്തിയൊന്നാമത്തെ ചുവട്

USEFUL EXPRESSIONS
ഉപയോഗപ്രദമായ ഭാഷണങ്ങൾ
(Upayōgapradamāya Bhāṣaṇaṅṅaḷ)

We can convey our thoughts and feelings through phrases and some brief sayings sentences. Let us learn short.

Here are some phrases and short sentences:

1. Hello!	ഹലോ !	Halō !
2. Happy New Year!	സന്തോഷമുള്ള പുതു വർഷം നേരുന്നു !	Santōṣamuḷḷa Putu Varṣaṃ Nērunnu !
3. Same to you!	നിങ്ങൾക്കും അങ്ങനെയാകട്ടെ!	Niṅṅaḷkkuṃ Aṅṅaneyākaṭṭe !
4. Happy birthday to you!	സന്തോഷം നിറഞ്ഞ ജന്മനാൾ നിനക്ക് നേരുന്നു!	Santōṣaṃ Niṟañña Janmanāḷ Ninakk Nērunnu !
5. Welcome you all!	എല്ലാവരേയും ക്ഷണിക്കുന്നു!	Ellāvarēyuṃ Kṣaṇikkunnu !
6. Congratulations!	അഭിനന്ദനങ്ങൾ!	Abhinandanaṅṅaḷ !
7. Thanks for your kind visit.	നിങ്ങൾ വന്നതിന് നന്ദി !	Niṅṅaḷ Vannatin Nandi !
8. Thank God!	ദൈവത്തിന് നന്ദി!	Daivattin Nandi !
9. Oh my darling!	ഓ എന്റെ പ്രിയേ!	Ō Enṟe Priyē !
10. Oh God!	ഓ ദൈവമേ !	Ō Daivamē !
11. Oh!	ഓ !	Ō !

12. Bravo!	നന്നായി !	Nannāyi !
13. Woe!	ശാപം !	Śāpaṃ !
14. Excellent!	ഏറ്റവും മികച്ചത് !	Ēṟṟavuṃ Mikaccat !
15. How terrible!	എത്ര ഭയങ്കരം !	Etra Bhayaṅkaraṃ !
16. How absurd!	എത്ര അസംബന്ധം !	Etra Asambandhaṃ !
17. How beautiful!	എന്തു ഭംഗി !	Entu Bhaṅgi !
18. How disgraceful!	എന്തു മാനക്കേട് !	Entu Mānakkēṭ !
19. Really!	സത്യമോ !	Satyamō !
20. O.K.	ശരി ! അങ്ങനെ യാകട്ടെ	Śari ! Aṅṅane yākaṭṭe
21. Wonderful!	ആശ്ചര്യം !	Āścaryaṃ !
22. Thank you!	നിനക്ക് നന്ദി !	Ninakk Nandi !
23. Certainly!	തീർച്ചയായും !	Tīrccayāyuṃ !
24. What a great victory!	എന്തു മഹത്തായ ഒരു ജയം !	Entu Mahattāya Oru Jayaṃ !
25. With best compliments!	അഭിനന്ദ നങ്ങളോടെ !	Abhinanda naṅṅaḷōṭe !

Some useful clauses and short sentences:

ഉപയോഗമുള്ള ചില ഉപവാക്യങ്ങളും ചെറിയ വാചകങ്ങളും.
(Upayōgamuḷḷa Cila Upavākyaṅṅaḷuṃ Ceṟiya Vācakaṅṅaḷuṃ).

1. Just a minute.	ഒരു നിമിഷം	Oru Nimiṣaṃ
2. Just coming.	ഇതാ വരുന്നു	Itā Varunnu
3. Any more?	കൂടുതൽ എന്തെങ്കിലും ?	Kūṭutal enteṅkiluṃ ?
4. Enough.	മതി	Mati
5. Anything else?	വേറെ എന്തെങ്കിലും?	Vēṟe Enteṅkiluṃ ?

6. Nothing to worry.	വി ഷ മി ക്ക	Viṣamikkaṇṭa
7. As you like.	നിന്റെ ഇഷ്ടം പോലെ	Ninṟe Iṣṭaṃ Pōle
8. Mention not.	പ റ യ	Paṟayaṇṭa
9. Nothing more.	വേറെ ഒന്നുമില്ല	Vēṟe Onnumilla
10. Not at all.	തീർത്തുമില്ല	Tīrttumilla
11. For the ladies.	സ്ത്രീകൾക്ക്	Strīkaḷkk
12. To let.	വാടകയക്ക്	Vāṭakaykk
13. No admission.	അനുവാദമില്ല	Anuvādamilla
14. No entrance.	പ്രവേശനമില്ല	Pravēśanamilla
15. No thorough. fare	ഇത് പൊതു വഴിയല്ല	It Potu Vaẕiyalla
16. No talking.	സംസാരിക്കരുത്	Saṃsārikkarut
17. No smoking.	പുകവലി പാടില്ല	Pukavali Pāṭilla
18. No spitting.	തുപ്പരുത്	Tupparut
19. No parking.	ഇവിടെ വാഹനങ്ങൾ നിർത്തരുത്	Iviṭe Vāhanaṅṅaḷ Nirttarut
20. No going out.	വഴി ഇല്ല	Vaẕi illa.

22ND STEP
ഇരുപത്തിരാമത്തെ ചുവട്

IMPERATIVE SENTENCES
ആജ്ഞയെ / അപേക്ഷയെ സൂചിപ്പിക്കുന്ന വാചകങ്ങൾ
(Ājñaye / Apēkṣaye Sūcippikkunna Vācakaṅṅaḷ)

In the following sentences, there are many verbs in the imperative mood expressing order, request for advice.

Here are some examples of short sentences giving force to verbs.

1. *Sentences Indicating Order:*

1. Be quick.	പെട്ടന്ന്	Peṭṭann
2. Be quiet.	നിശ്ബ്ദമായിരിക്കു	Niśabdamāyirikku.
3. Come in.	അകത്തേക്ക് വരിക	Akattēkk Varika.
4. Get out.	പുറത്തേക്ക് പോകുക	Puṟattēkk Pōkuka.
5. Stick no bills.	പരസ്യം പതിക്കരുത്	Parasyaṃ Patikkarut.
6. Don't talk rubbish	ചീത്ത പറയാതെ	Cītta Paṟayāte.
7. Be careful	ശ്രദ്ധയായിരിക്കുക.	Śradhayāyirikkuka
8. Bring a glass of water.	ഒരു കപ്പ് വെള്ളം കൊ ാ ു വ ാ	Oru Kapp Veḷḷaṃ Koṇṭuvā.
9. Don't forget to come tomorrow	നാളെ വരുവാൻ മറക്കരുത്	Nāḷe Varuvān Maṟakkarut.
10.Don't hurry.	ധൃതിപ്പെടാതെ	Dhṛtippeṭāte.
11. Don't be talkative.	അധികം സംസാരിക്കല്ലേ	Adhikaṃ Saṃsārikkallē.
12. Speak the truth.	സത്യം പറയുക	Satyaṃ Paṟayuka.
13. Don't tell a lie.	ഒരു കള്ളം പറയാതെ	Oru Kaḷḷaṃ Paṟayāte.
14. Go back.	തിരിച്ചു പോകുക.	Tiriccu Pōkuka.
15. Shut the window	ജന്നൽ അടയ്ക്കുക.	Jannal Aṭaykkuka.
16. Open the door.	വാതിൽ തുറക്കുക.	Vātil Tuṟakkuka.

17. Come forward.	മുന്നോട്ട് വാ	Munnōṭṭ Vā.
18. Come alone.	തനിയെ വരിക	Taniye Varika.
19. Sit down.	താഴെ ഇരിക്കു	Tāẕe Irikku.
20. Stand up.	എഴുന്നേറ്റു നിൽക്കുക	Eẕunnēṟaṟu Nilkkuka
21. Get up early.	നേരത്തെ എഴുന്നേൽക്കുക	Nēratte Eẕunnēlkkuka.
22. Always keep to the left.	എപ്പോഴും ഇടതു വശം പാലിക്കുക.	Eppōẕuṃ Iṭatu Vaśaṃ Pālikkuka.
23. Give up bad habits.	ചീത്ത ശീലങ്ങൾ വെടിയുക.	Cītta Śīlaṅṅaḷ Veṭiyuka.
24. Mind your own business.	നിന്റെ കാര്യം നോക്ക്	Ninṟe Kāryaṃ Nōkk.
25. Ring the bell.	മണി അടിക്കുക.	Maṇi Aṭikkuka.
26. Take it away.	എ ടു ത്തു കൊ ു പോകുക.	Eṭuttu Koṇṭu Pōkuka.
27. Return the balance.	ബാക്കി തിരിച്ചു തരിക.	Bākki Tiriccu Tarika.

2. *Sentences Indicating Request* - *അപേക്ഷയെ സൂചിപ്പിക്കുന്ന വാചകങ്ങൾ* (Apēkṣaye Sūcippikkunna Vācakaṅṅaḷ)

28. Please, excuse me.	ദയവായി എന്നോടു ക്ഷമിക്കുക	Dayavāyi Ennōṭu Kṣamikkuka.
29. Don't mind, please.	ദയവായി കാ ര്യ മാ ക്ക	Dayavāyi Kāryamākkaṇṭa
30. Please, try to understand me.	ദയവായി എന്നെ മനസ്സിലാക്കു	Dayavāyi Enne Manassilākku.
31. Please, lend me your bicycle.	നിന്റെ ഇരു ചക്ര ച വിട്ടു വി എനിക്ക് കടമായി തരിക.	Ninṟe Irucakra Cavittu Vaṇṭi Enikk Kaṭamāyi Tarika.
32. Follow me, please.	ദയവായി എന്നെ പിന്തുടരു	Dayavāyi Enne Pintuṭaru.
33. Please, have a cold drink.	ദയവായി ഒരു തണുത്ത പാനീയം കഴിക്കു	Dayavāyi Oru Taṇu - tta Pānīyaṃ Kaẕikku
34. Have some coffee, please.	ദയവായി കുറച്ചു കാപ്പി കഴിക്കു	Dayavāyi Kuṟaccu Kāppi Kaẕikku.

35. Please, have the room swept.	ദയവായി മുറി വൃത്തിയാക്കു.	Dayavāyi Muṟi Vṛttiyākku.
36. Please, call the servant.	ദയവായി ജോലി ക്കാരനെ വിളിക്കു	Dayavāyi Vēlakkārane Viḷikku.
37. Please, pass me the chilly.	ദയവായി മുളക് ഇങ്ങോട്ടു തരു	Dayavāyi Muḷak Iṅṅōṭṭu Taru.
38. Please deliver the goods at my residence.	ദയവായി ചരക്കുകൾ എന്റെ വീട്ടിൽ എത്തിക്കുക.	Dayavāyi Carakkukaḷ Enṟe Vīṭṭil Ettikkuka.
39. Please take your bath.	ദയവായി കുളിക്കുക.	Dayavāyi Kuḷikkuka.
40. Please have your seat.	ദയവായി ഇരിക്കു	Dayavāyi Irikku.
41. Kindly inform at the right time.	ദയവായി ശരിയായ സമയത്ത് അറിയിക്കുക	Dayavāyi Śariyāya Samayatt Aṟiyikkuka

3. Sentences Indicating Advice - ആലോചനയെ കുറിക്കുന്ന വാചകങ്ങൾ (Ālōcanaye Kuṟikkunna Vācakaṅṅaḷ)

42. Let us go in time.	നമുക്ക് സമയത്ത് ചെല്ലാം	Namukk Samayatt Cellāṃ.
43. Let us wait.	നമുക്ക് കാത്തിരിക്കാം.	Namukk Kāttirikkāṃ.
44. Let us go for a walk.	നമുക്ക് ഒന്ന് നടക്കാൻ പോകാം.	Namukk Onn Naṭakkān Pōkāṃ.
45. Let us make the best use of time.	നാം സമയം ശരിയായി പ്രയോജനപ്പെടുത്താം.	Nāṃ Samayaṃ Śariyāyi Prayōjana-ppeṭuttāṃ.
46. Let us try our best.	നമുക്ക് ഏറ്റവും നന്നായി ശ്രമിക്കാം.	Namukk Ēṟṟavuṃ Nannāyi Śramikkāṃ.
47. Let it be so.	അത് അങ്ങനെ യിരിക്കട്ടെ	At Aṅṅane yirikkaṭṭe.
48. Let us think first about this matter.	ആദ്യമായി നാം ഈ വിഷയത്തെ പറ്റി ചിന്തിക്കാം.	Ādyamāyi Nāṃ Ī Viṣayatte Paṟṟi Cintikkāṃ.
49. Let us go to the cinema together.	നമുക്ക് ഒന്നിച്ച് സിനിമയ്ക്ക് പോകാം.	Namukk Onnicc Sinimaykk Pōkāṃ.

23RD STEP
ഇരുപത്തിമൂന്നാമത്തെ ചുവട്

PRESENT TENSE

വർത്തമാന കാലം (Varttamāna Kālaṃ)

1. *Present Indefinite Tense -*

1. I write a letter to my brother.	ഞാൻ എന്റെ സഹോദരന് ഒരു കത്തെഴുതുന്നു.	Ñān Enṟe Sahōdaran Oru Kattezutunnu.
2. Some children like sweets.	ചില കുട്ടികൾക്ക് മുഠായി ഇഷ്ടമാണ്.	Cila Kuṭṭikaḷkk Muṭhāyi Iṣṭamāṇ.
3. I leave home at 9.00 a.m. everyday.	എല്ലാം ദിവസവും കാലത്ത് 9 മണിക്ക് ഞാൻ വീട്ടിൽ നിന്നിറങ്ങുന്നു.	Eltā Divasavuṃ Kālatt 9 Maṇikk Ñaṅṅaḷ Vīṭṭil Ninniṟaṅṅunnu.
4. The earth moves round the sun.	ഭൂമി സൂര്യനെ ചുറ്റുന്നു.	Bhūmi Sūryane Cuṟṟunnu.
5. A good child always obeys his parents.	നല്ല കുട്ടി എപ്പോഴും മാതാപിതാക്കളെ അനുസരിക്കുന്നു.	Nalla Kuṭṭi Eppōẓuṃ Mātāpitākkaḷe Anusarikkunnu.
6. She drives too quickly.	അവൾ വളരെ വേഗത്തിൽ വി ഓടിക്കുന്നു.	Avaḷ Vaḷare Vēgattil Ōṭikkunnu.
7. I brush my teeth twice a day.	ഞാൻ ദിവസം രുപാവശ്യം പല്ലു തേയ്ക്കുന്നു.	Ñān Divasaṃ Raṇṭupāvaśyaṃ Pallu Tēykkunnu.
8. We live in India.	ഞങ്ങൾ ഇന്ത്യയിൽ വസിക്കുന്നു.	Ñaṅṅaḷ Intyayil Vasikkunnu.

9. You always forget to pay.	നീ എപ്പോഴും പണം കൊടുക്കുവാൻ മറക്കുന്നു.	Nī Eppōẕuṃ Paṇaṃ Koṭukkuvān Maṟakkunnu.
10. The last bus leaves at midnight.	അവസാനത്തെ വ‌ി അർദ്ധരാത്രി പുറപ്പെടുന്നു.	Avasānatte Vaṇṭi Arddharātri Puṟappeṭunnu.
11. You spend all your money on clothes. ചിലവഴിക്കുന്നു.	പണം മുഴുവൻ നിങ്ങൾ തുണി വാങ്ങാനായി Cilavaẕikkunnu.	Paṇaṃ Muẕuvan Niṅṅaḷ Tuṇi vāṅṅānāyi
12. Someone knocks at the door.	ആരോ കതകിൽ തട്ടുന്നു.	Ārō Katakil Taṭṭunn u.
13. She always wears spectacles.	അവൾ എപ്പോഴും കണ്ണട ധരിക്കുന്നു.	Avaḷ Eppōẕuṃ Kaṇ-ṇaṭa Dharikkunnu.
14. In India, there are 15 regional languages.	ഇന്ത്യയിൽ പതിനഞ്ചു പ്രാദേശിക ഭാഷകൾ ഉ ്	Intyayil Patinañcu Prādēśika Bhāṣakaḷ Uṇṭ.

2. *Present Continuous Tense* .

1. My mother is sweeping the room.	എന്റെ അമ്മ മുറി വൃത്തിയാക്കി കൊ ി രിക്കുന്നു.	Enṟe Amma Muṟi Vṛttiyākkikoṇ ṭirikkunnu.
2. I am reading Nav Bharat Times.	ഞാൻ നവഭാരത് ടൈംസ് വായിച്ചു കൊ ി രിക്കുന്നു.	Ñān Nava Bhārat Ṭaiṃs Vāyichu koṇṭirikkunnu.
3. The dog is lying under the car.	പട്ടി കാറിന്റെ താഴെ കിടക്കുന്നു.	Paṭṭi Kāṟinṟe taẕe Kiṭakkunnu.
4. He is going to the market.	അവൻ ചന്തയ്ക്ക് പോകുന്നു.	Avan Cantaykk Pōkunnu.
5. She is crying for nothing.	അവൾ കാരണമില്ലാതെ കരയുന്നു.	Avaḷ Kāraṇamillāte Karayunnu.
6. I am just coming.	ഞാൻ ഇതാ വരുന്നു.	Ñān Itā Varunnu.
7. I am looking at the sky.	ഞാൻ ആകാശത്തേക്ക് നോക്കുന്നു.	Ñān ĀkāśaTtēkk. Nōkkunnu

8. I am singing the song.	ഞാൻ പാട്ടു പാടുന്നു.	Ñān Pāṭṭu Pāṭunnu.
9. She is looking for a pen.	അവൾ ഒരു പേന തിരയുന്നു.	Avaḷ Oru Pēna Tirayunnu.
10. The patient is going to the hospital.	രോഗി ആശുപത്രിയിലേക്ക് പോകുന്നു.	Rōgi Āśupatriyilēkk Pōkunnu.

3. ***Doubtful Present Tense*** – നിശ്ചയമല്ലാത്ത വർത്തമാനകാലം

(Niścayamallātta Varttamānakālaṃ)

1. She may be reaching her office.	അവൾ അവളുടെ ആഫീസിൽ എത്തി യിരിക്കാം.	Avaḷ Avaḷuṭe Āphīsil Ettiyerikkāṃ.
2. They may be thinking wrong.	അവർ തെറ്റായി വിചാരിച്ചേക്കാം.	Avar Teṟṟāyi Vicāriccēkkāṃ.
3. I may be going to Bombay tomorrow.	ഞാൻ നാളെ ബോംബയ്ക്ക് പോയേക്കാം.	Ñān Nāḷe Bōmbaykk Pōyēkkāṃ.
4. I may be teaching Hindi to my pupils.	ഞാൻ എന്റെ വിദ്യാർത്ഥികൾക്ക് ഹിന്ദി പഠിപ്പിച്ചേക്കാം.	Ñān Enṟe Vidyārtthikaḷkk Hindi Paṭhippiccēkkāṃ.
5. Your sister may be waiting for you.	നിങ്ങളുടെ സഹോദരി നിന്നെ കാത്തു നില്ക്കുന്നുണ്ടാവാം.	Ninṟe Sahōdari Ninne Kāttu Nilkunnunṭāvāṃ.
6. She may be playing on the violin.	അവൾ ഇപ്പോൾ വയലിൻ വായിക്കുന്നുണ്ടാവാം.	Avaḷ Ippōḷ Vayalin Vāyikkunnuṇ ṭāvāṃ.
7. She may be returning the money in a week.	അവൾ പണം ഒരു ആഴ്ചയ്ക്കുള്ളിൽ തരുമായിരിക്കും.	Avaḷ Paṇaṃ Oru Āẕcaykkuḷḷil Tarumāyirikkuṃ.
8. Rama may be learning her lesson in the morning.	രമ അവളുടെ പാഠം കാലത്ത് പഠിക്കുമായിരിക്കും.	Rama Avaḷuṭe Pāṭhaṃ Kālatt Paṭhikku māyirikkuṃ.

24TH STEP
ഇരുപത്തിനാലാമത്തെ ചുവട്

FUTURE TENSE
ഭാവി കാലം (Bhāvi Kālaṃ)

1. *Future Indefinite Tense*

1. I shall write a letter to my brother.	ഞാൻ എന്റെ സഹോദരന് ഒരു കത്തയ്ക്കും.	Ñān Enṟe Sahōdaran Oru Kattayakkuṃ.
2. My father will reach here by Sunday.	എന്റെ പിതാവ് ഞായറാഴ്ച ഇവിടെ വന്നു ചേരും.	Enṟe Pitāv Ñāyaṟāẓca Iviṭe Vannu Cēruṃ.
3. The mother will go to the market tomorrow.	അമ്മ നാളെ ചന്തയ്ക്ക് പോകും.	Amma Nāḷe Cantaykk Pōkuṃ.
4. She will study hard this year.	അവൾ ഈ വർഷം നന്നായി പഠിക്കും	Avaḷ Ī Varṣaṃ Nannāyi Paṭhikkuṃ.
5. It will serve my purpose.	അത് എന്റെ ആവശ്യം നിവൃത്തിക്കും	At Enṟe Āvaśyaṃ Nivṛttikkuṃ.
6. I shall return day after tomorrow.	ഞാൻ നാളെ കഴിഞ്ഞു വരും.	Ñān Nāḷe Kaẓiññu Varuṃ.
7. My brother will stay here at night	എന്റെ സഹോദരൻ ഇവിടെ രാത്രി തങ്ങും.	Enṟe Sahōdaran Iviṭe Rātri Taṅṅuṃ.
8. I shall return in the evening definitely.	ഞാൻ വൈകുന്നേരം തിരിച്ചു വരും.	Ñān Vaikunnēraṃ Tiriccu Varuṃ.
9. I will do it whatever happens.	എന്തു തന്നെ സംഭ-വിച്ചാലും ഞാൻ അതു ചെയ്യും	Entu Tanne Sambhaviccāluṃ Ñān Atu Ceyyuṃ.
10. I will certainly give you what	നിനക്ക് വേ ത് ഞാൻ തീർച്ച	Ninakk Vēṇṭat Ñān Tīrccayāyuṃ

you want.	യായും തരും.	Tarum̩.
11. I will give up smoking definitely.	ഞാൻ തീർച്ചയായും പുകവലി ഉപേക്ഷിക്കും	Ñān Tīrccayāyum̩ Pukavali Upēkṣikkum̩.
12. I will come positively.	തീർച്ചയായും ഞാൻ വരും.	Tīrccayāyum̩ Ñān Vārum̩.
13. I will see it later on.	ഞാൻ അത് പിന്നീട് നോക്കാം.	Ñān At Pinnīṭ Nōkkām̩.

2. *Contingent Future Tense* ഭാവി കാലം.

1. If your elder brother comes you must come too.	നിന്റെ മൂത്ത സഹോദരൻ വരികയാണെങ്കിൽ നീയും കൂടെ വരിക.	Ninṟe Mūtta Sahōdaran Varikayāṇeṅkil Nīyum̩ Kūṭe Varika.
2. If you stay I will also stay.	നീ തങ്ങുകയാണെ- ങ്കിൽ ഞാൻ തങ്ങാം.	Nī Taṅṅukayāṇeṅkil Ñān Taṅṅām̩.
3. Ranjana may arrive today.	രഞ്ജന ഇന്നു വന്നേക്കാം.	Rañcana Innu Vannēkkām̩.
4. I may invite my colleagues also.	ഞാൻ എന്റെ സഹ- പ്രവർത്തകരേയും ക്ഷണിക്കാം.	Ñān Enṟe Sahapravartta karēyum̩ Kṣaṇikkām̩.
5. If you go for a walk, call me also.	നീ നടക്കുവാൻ പോയാൽ എന്നെയും കൂടി വിളിക്കുക.	Nī Naṭakkuvān Pōyāl Enneyum̩ Kūṭi Viḷikkuka.
6. You may rest in my cottage if you like.	നിനക്ക് ഇഷ്ടമാണെ- ങ്കിൽ എന്റെ കുടിലിൽ വിശ്രമിക്കുക.	Ninakk Iṣṭamāṇeṅkil Enṟe Kuṭilil Viśramikkuka.
7. I may leave this station any time.	ഞാൻ ഈ സ്ഥലം ഏതു നേരത്തും വിട്ടേക്കാം.	Ñānīsthalam̩ Ētunērattum̩ Viṭṭēkkām̩.
8. She may attend the meeting tomorrow.	അവൾ നാളെ യോഗത്തിൽ ഹാജരായേക്കാം.	Avaḷ Nāḷe Yōgattil Hājarāyēkkām̩.
9. Lest he may escape.	അല്ലാത്തപക്ഷം അവൻ രക്ഷപ്പെട്ടു ഓടി പോയേക്കാം.	Allāttapakṣam̩ Avan Rakṣappeṭṭu Ōṭiyēkkām̩.

25TH STEP

ഇരുപത്തിഅഞ്ചാമത്തെ ചുവട്

PAST TENSE (1)

ഭൂത കാലം (Bhūtakālaṃ)

1.*Past Indefinite* *സാമാന്യഭൂതകാലം* *(Sāmānya Bhūtakālaṃ)*

1. The students reached the classroom.	വിദ്യാർത്ഥികൾ ക്ലാസ്സ് മുറിയിൽ എത്തിച്ചേർന്നു.	Vidyārtthikaḷ Klāss Muṟiyil Etticcērnnu.
2. The police arrested the accused.	പോലീസ് കുറ്റവാളിയെ പിടികൂടി.	Pōlīs Kuṟṟavāḷiye Piṭikūṭi.
3. I saw him yesterday.	ഞാൻ ഇന്നലെ അ വ നെ ക ു	Ñān Innale Avane Kaṇṭu.
4. We sat down on the path while walking.	ഞങ്ങൾ നടത്തത്തി നിടയിൽ വഴിയിൽ ഇരുന്നു.	Ñaṅṅaḷ Naṭattattiniṭayil Vaẕiyil Irunnu.
5. I went to your house in the morning.	ഞാൻ കാലത്ത് നിന്റെ വീട്ടിൽ പോയി.	Ñān Kālatt Ninṟe Vīṭṭil Pōyirunnu.
6. We gave her a warm welcome.	ഞങ്ങൾ അവൾക്ക് ഊഷ്മളമായ വരവേൽപ്പ് നൽകി.	Ñaṅṅaḷ Avarkk Ūṣmaḷamāya Varavēlpp Nalki.
7. The teacher punished the naughty students.	വികൃതി കുട്ടികളെ അദ്ധ്യാപിക ശിക്ഷിച്ചു.	Vikṛti Kuṭṭikaḷe Addhyāpika Śikṣiccu.
8. You witnessed the match.	നീ പന്തയത്തിന് ദൃക്സാക്ഷിയായി	Nī Pantayattin Dṛksākṣiyāyi
9. The children ran	കുട്ടികൾ	Kuṭṭikaḷ

and played.	ഓടിക്കളിച്ചു	Ōṭikkaḷiccu.
10. They laughed at the beggar.	അവർ ഭിക്ഷക്കാരനെ പരിഹസിച്ചു.	Avar Bhikṣakkārane Parihasiccu.
11. The girls sang a song.	പെൺകുട്ടികൾ ഒരു പാട്ടു പാടി.	Peṇkuṭṭikaḷ Oru Pāṭṭu Pāṭi.
12.The mother told a story of a king.	അമ്മ ഒരു രാജാവിന്റെ കഥ പറഞ്ഞു.	Amma Oru Rājāvinṟe Katha Paṟaññu.
13.The baby took a sound sleep.	പൈതൽ ഗാഢമായി ഉറങ്ങി.	Paital gāḍamāyi Uṟaṅṅi.
14.Rekha wrote a letter to her best friend.	രാധ അവളുടെ ഏറ്റ-വും അടുത്ത സുഹൃ-ത്തിന് കത്തെഴുതി.	Rādha Avaḷuṭe Ēṟṟavuṃ Aṭutta suhṛttin Katteḻuti
115.They ate, drank and became happy.	അവർ തിന്നും, കുടിച്ചും സന്തുഷ്ട രായി മാറി.	Avar Tinnuṃ, Kuṭiccuṃ Santuṣṭarāyimāṟi

2. *Present Perfect* ആസന്ന ഭൂതകാലം (*Āsannabhūtakālaṃ*)

1.	I have done my work.	ഞാൻ എന്റെ ജോലി ചെയ്തു	Ñān Enṟe Jōli Ceytiṭṭuṇṭ.
2.	She has seen me in the restaurant.	അവൾ എന്നെ ഭോജന ശാലയിൽ വച്ചു ക ു.	Avaḷ Enne Bhōjana Śālayil Vaccu kaṇṭu.
3.	You have read this book.	നീ ഈ പുസ്തകം വായിച്ചിട്ടു്	Nī Ī Pustakaṃ Vāyicciṭṭuṇṭ.
4.	I have finished my work.	ഞാൻ എന്റെ ജോലി പൂർത്തിയാക്കി.	Ñān Enṟe Jōji Pūrttiyākki.
5.	My mother has arrived at home.	എന്റെ അമ്മ വീട്ടിൽ 'എത്തി.	Enṟe Amma Vīṭṭil Etti.
6.	Garima has sung a song.	ഗരിമ ഒരു പാട്ടുപാടിയിട്ടു്	Garima Oru Pāṭṭu Pāṭiyiṭṭuṇṭ
7.	The students have gone to their home.	വിദ്യാർത്ഥികൾ അവരുടെ വീട്ടിലേക്ക് പോയിട്ടു്.	Vidyārtthikaḷ Avaruṭe Vīṭṭilēkk Pōyiṭṭuṇṭ.
8.	The sweeper has just washed the floor.	തൂപ്പുകാരൻ തറ കഴുകി കഴിഞ്ഞു.	Tūppukāran Taṟa Kaḻuki Kaḻiññu.

9.	The phone has stopped ringing.	ദൂര ശ്രവണയന്ത്ര- ത്തിന്റെ(ടെലിഫോൺ) മണിയടിക്കുന്നത് നിന്നു.	Dūra Śravaṇa yantra- ttinṟe (Ṭeliphōṇ) Maṇiyaṭikkunnat Ninnu.
10.	Someone has broken the clock	ആരോ ഘടികാരം (ക്ലോക്ക്) ഉടച്ചു.	Ārō Ghaṭikāraṃ (Klōkk) Uṭaccu.
11.	They have heard the sad news.	അവർ ആ ദുഃഖ വാർത്ത കേട്ടു.	Avar Ā Duḥkhavārtta Kēṭṭu.
12.	She has made the coffee.	അവൾ കാപ്പിയുാക്കി.	Avaḷ Kāppiyuṇṭākki.
13.	I have paid the bill.	ഞാൻ തുക കൊടുത്തു.	Ñān Tuka Koṭuttu.
14.	Father has planted a tree.	അച്ഛൻ ഒരു മരം നട്ടു	Acchan Oru Maraṃ Naṭṭu.
15.	The play has just began.	കളി ഇപ്പോൾ തുടങ്ങിയതെയുള്ളു	Kaḷi Ippōḷ Tuṭaṅṅiyateyuḷḷu.

3. Past Perfect പൂർണ്ണ ഭൂതകാലം (Pūrṇṇa Bhūtakālaṃ)

1.	I had already written the letter.	ഞാൻ മുമ്പേ തന്നെ കത്തെഴുതി കഴിഞ്ഞു	Ñān Munpē Tanne Katteẓuti kkaẓiññu.
2.	She had seen this film before.	അവൾ ഈ ചിത്രം മുമ്പേ കിട്ടു	Avaḷ Ī Citraṃ Munpē Kaṇṭiṭṭuṇṭ.
3.	Till last evening I had not seen him.	കഴിഞ്ഞ വൈകു- ന്നേരം വരെ ഞാൻ അവനെ കിട്ടില്ല.	Kaẓiñña Vaiku- nnēraṃ Vare Ñān Avane Kaṇṭiṭṭilla.
4.	Anil had gone home before Amit came.	അമീത് വരു മുമ്പേ അനിൽ വീട്ടിലേക്ക് പോയിട്ടുായിരുന്നു.	Amit Varuṃ munpē Anil Vīṭṭilēkk Pōyiṭṭuṇṭāyirunnu.
5.	I had finished my breakfast when Rita came.	റീത്ത വരും മുമ്പേ ഞാനെന്റെ പ്രാതൽ കഴിച്ചിട്ടുായിരുന്നു.	Ṟitta Varuṃ Munpē Ñānenṟe Prātal Kaẓicciṭṭuṇṭāyirunnu.
6.	We had lived in Lajpat Nagar since 1950.	ഞങ്ങൾ 1950 മുതൽ ലജ്പേട്ട നഗറിൽ താമ- സിച്ചിട്ടുായിരുന്നു.	Ñaṅṅaḷ 1950 Mutal Lajpēṭṭa Nagaṟil Tām- asicciṭṭuṇṭāyirunnu.
7.	I had waited for you for the last	കഴിഞ്ഞ അഞ്ചു ദിവസമായി ഞാൻ	Kaẓiñña Añcu Divasamāyi Ñān

five days.	നിനക്കുവേി കാത്തിരിക്കുന്നു.	Ninakk Vēṇṭi kāttirikkayāyirunnu.
8. We had never seen such a match before.	ഞങ്ങൾ ഇതുപ്പോലെ ഒരു കളി മുമ്പേ കിട്ടില്ലായിരുന്നു.	Ñaṅṅaḷ Itupōl oru Kaḷi Munp Kaṇṭiṭṭillāyirunnu.
9. She had drunk the water.	അവൾ വെള്ളം കുടിച്ചിരുന്നു.	Avaḷ Veḷḷaṃ Kuṭiccirunnu.
10. My sister had passed the degree examination.	എന്റെ സഹോദരി ബിരുദ പരീക്ഷ പാസ്സായി.	Enṟe Sahōdari Biruda Parīkṣa Pāssāyinnu.
11. I had come here to meet you.	ഞാൻ ഇവിടെ വന്നിരി- ക്കുന്നത് നിന്നെ കാണുവാനാണ്	Ñānivite Vannirikkunnat Ninne Kāṇuvānāṇ.
12. They had not paid the debt.	അവർ കടം വീട്ടിയിരുന്നില്ല.	Avar Kaṭam- Vīṭṭiyirunnilla.
13. We had purhased the shirts.	ഞങ്ങൾ ഷർട്ടു വാങ്ങിച്ചിരുന്നു	Ñaṅṅaḷ Ṣarṭṭu Vāṅṅiccirunnu.
14. The train had left the platform before we arrived there.	ഞങ്ങൾ എത്തിയ പ്പോൾ തീവി പ്ലാറ്റഫോം വിട്ടു കഴിഞ്ഞിരുന്നു.	Ñaṅṅaḷ Ettiyappōḷ Tīvaṇṭi Plāṟṟaphōṃ Viṭṭu Kaẓiññirunnu.
15. He had seen this film.	അവൻ ഈ ചിത്രം കിട്ടു ായിരുന്നു.	Avan Ī Citraṃ Kaṇṭiṭṭuṇṭāyirunnu.

26TH STEP
ഇരുപത്തിയാറാമത്തെ ചുവട്

PAST TENSE (2)
ഭൂത കാലം (Bhūtakālaṃ)

4.*Doubtful Past* ***സന്നിഗ്ധ ഭൂതകാലം (Sannigdha Bhūtakālaṃ)***

1. Yashodha might have come.	യശോദ ഇപ്പോൾ വന്നിട്ടുണ്ടായിരിക്കും	Yaśōda Ippōḷ VanniṭṭuṇṭāyiriKkuṃ.
2. You might have heard the name of Tagore.	നീ ടാഗോറിന്റെ പേര് കേട്ടിട്ടുണ്ടായിരിക്കും	Nī Ṭāgōṟinṟe Pēr KēṭṬiṭṭuṇṭā yiriKkuṃ.
3. She might have forgotten the past.	അവൾ കഴിഞ്ഞ കാലം മറന്നിട്ടുണ്ടായിരിക്കും	Avaḷ Kaz̲iñña Kālaṃ Maṟanni ṭuṇṭāyiriKkuṃ.
4. They might have slept.	അവർ ഉറങ്ങിയിട്ടുണ്ടായിരിക്കും	Avar UṟaṅṅiyiṭāyiriKkuṃ.
5. They might have paid her the old dues.	അവർ അവളുടെ പഴയ ബാക്കി കൊടുത്തിട്ടുണ്ടായിരിക്കും.	Avar Avaḷuṭe Paz̲aya Bākki KoṭuṭṭāyiriKkuṃ.
6. He might have thought that I would be there still.	ഞാൻ ഇപ്പോഴും അവിടെയാണുള്ളതെന്ന് അവൻ ചിന്തിച്ചിട്ടുണ്ടായിരിക്കും.	Ñān Ippōz̲uṃ Aviṭeyāṇuḷḷatenn Avan CintiṭuṇṭāyiriKkuṃ.
7. Mr. Malik might have written the letter.	ശ്രീ. മാലിക്ക് കത്ത് എഴുതിയിട്ടുണ്ടായിരിക്കും.	Śrī. Mālikk Katt Ez̲utiyiṭuṇ ṭāyiriKkuṃ.
8. The institution might have	സ്ഥാപനം മേയറെ ക്ഷണിച്ചിട്ടു	Sthāpanaṃ Mēyaṟe

invited the Mayor.	ായിരിക്കും.	Kṣaṇicci ṭuṇṭāyiriKkuṃ.
9. They might have laughed when she begged.	അവൾ യാചിച്ചപ്പോൾ അവർ കളിയാക്കിയിട്ടു ായിരിക്കും.	Avaḷ Yāciccappōḷ Avar Kaḷiyākki ṭuṇṭāyiriKkuṃ.
10. They might have accepted it.	അവർ അത് സ്വീകരിച്ചിട്ടു ായിരിക്കും.	Avar At Svīkariccituṇ ṭāyiriKkuṃ.
11. She might have done her duty.	അവൾ തന്റെ വേല ചെയ്തിട്ടു ായിരിക്കും.	Avaḷ Tanṟe Vēla CeytiṭuṇṭāyiriKkuṃ.
12. The author might have written his auto biography.	കഥാകൃത്ത് ആത്മകഥ എഴുതിയിട്ടു ായിരിക്കും.	Kathākṛtt Ātmakatha Eẓutiyituṇ ṭāyiriKkuṃ.

5. *Past Imperfect* അപൂർണ്ണ ഭൂതകാലം (Apūrṇṇa Bhūtakālaṃ)

1. I was writing a letter when he entered the room.	അവൻ മുറിയിൽ പ്രവേശിച്ചപ്പോൾ ഞാൻ ഒരു കത്ത് എഴുതുകയായിരുന്നു.	Avan Muṟiyil Pravēśiccappōḷ Ñān Oru Katt Eẓutukayāyirunnu.
2. I was riding to school yesterday.	ഞാൻ ഇന്നലെ പള്ളിക്കൂടത്തിലേക്കുള്ള സവാരിയായിരുന്നു.	Ñān Innale Paḷḷikkūṭattilēkkuḷḷa Savāriyāyirunnu.
3. It was raining when I went out.	ഞാൻ പുറത്തു പോയപ്പോൾ മഴ പെയ്തിരുന്നു.	Ñān Puṟattu pōyappōḷ Maẓa Peytirunnu.
4. While I was talking to her I heard a shout.	ഞാൻ അവളോടു സംസാരിച്ചു കൊിരുന്നപ്പോൾ ഒരു അലർച്ച കേട്ടു.	Ñān Avaḷōṭu Saṃsāriccu koṇṭirunnappōḷ Oru Alarcca Kēṭṭu.
5. He was writing an essay in Hindi.	അവൻ ഹിന്ദിയിൽ ഒരു പ്രബന്ധം എഴുതുകയായിരുന്നു.	Avan Hindiyil Oru Prabandhaṃ Eẓutukayāyirunnu.

6. When they were sleeping the dogs were keeping watch.	അവർ ഉറങ്ങുമ്പോൾ പട്ടികൾ കാവൽ നില്ക്കുകയായിരുന്നു.	Avar Uṟaṅṅunpōḷ Paṭṭikaḷ Kāval Nilkkukayāyirunnu.
7. We were playing tennis when your brother came.	നിന്റെ സഹോദരൻ വന്നപ്പോൾ ഞങ്ങൾ ടെനിസ്സ് കളിക്കുകയായിരുന്നു.	Ninṟe Sahōdaran Vannappōḷ Ñaṅṅaḷ Ṭennīs Kaḷikkukayāyirunnu.
8. Reena was trying hard to hide her desire.	റീന അവളുടെ ആഗ്രഹം മറച്ചുവയ്ക്കാൻ പ്രയാസപ്പെടുകയായിരുന്നു.	Rīna Avaḷuṭe Maṟaccuvaykkān Prayāsappeṭukayāyirunnu.
9. They were talking too loudly in the meeting.	അവർ യോഗത്തിൽ വളരെ ഉച്ചത്തിൽ സംസാരിക്കുകയായിരുന്നു.	Avar Yōgattil Vaḷare Uccattil Saṃsārikkukayāyirunnu.
10.Asha was studying with me in school.	അവൾ എന്റെ കൂടെ പള്ളികൂടത്തിൽ പഠിച്ചിരുന്നു.	Avaḷ Enṟe Kūṭe Paḷḷikūṭattil Paṭhiccirunnu.
11.We were living in Pune two years ago.	ഞങ്ങൾ ര ു വർഷം മുമ്പേ പൂനയിൽ താമസ്സിക്കുകയായിരുന്നു.	Ñaṅṅaḷ Raṇṭu Varṣaṃ Munpē Pūnayil Tāmassikkukayāyirunnu
12.Formerly this cow was giving ten litres of milk.	ഈ പശു നേരത്തെ 10 ലിറ്റർ പാൽ തരുമായിരുന്നു.	Ī Paśu Nēratte 10 Liṟṟar Pāl Tarumāyirunnu.
13.In the last world war, the Germans were fighting bravely.	കഴിഞ്ഞ ലോക മഹായുദ്ധത്തിൽ ജർമ്മൻകാർ ധീരമായി യുദ്ധം ചെയ്തിരുന്നു	Kaẓiñña Lōka Mahāyuddhattil Jarmmankār Dhīramāyi Yudhaṃ Ceytirunnu.
14.At that time, I was residing in Delhi.	ആ സമയം ഞാൻ ഡൽഹിയിൽ താമസ്സിക്കുകയായിരുന്നു.	Ā Samayaṃ Ñān Ḍalhiyil Tāmassikkukayāyirunnu.
15.I used to go	ഞാൻ ദിവസവും	Ñān Divasavuṃ

daily to the temple.	ക്ഷേത്രത്തിൽ പോകുമായിരുന്നു.	Kṣētrattil Pōkumāyirunnu.
16.Before1947 we were living in West Punjab.	1947–മുമ്പേ ഞങ്ങൾ പശ്ചിമ പഞ്ചാബിൽ ജീവിക്കുക യായിരുന്നു.	1947 - Munpē Ñaṅṅaḷ Paścima Pañcābil Jīvikkukayāyirunnu.
17.When I was seven years old, I was going to school all alone.	ഞാൻ ഏഴു വയസ്സുള്ളപ്പോൾ ഒറ്റയ്ക്ക് പള്ളികൂടത്തിൽ പോകുമായിരുന്നു.	Ñān Ēẕu Vayassuḷḷa-ppōḷ Oṟṟaykk Paḷḷikkūṭattil Pōkumāyirunnu.
18.When I was young, my grandmother used to tell me the story.	എന്റെ ചെറു പ്രായത്തിൽ എന്റെ അമ്മ എനിക്ക് കഥകൾ പറഞ്ഞു തരുമായിരുന്നു.	Enṟe Ceṟu Prāyattil Enṟe Amma Enikk Kathakaḷ Paṟaññu tarumāyirunnu.
19.In his seventies he used to walk very fast.	അയാളുടെ എഴുപതാം വയസ്സു കാലത്ത് അയാൾ അതിവേഗം നടക്കുമായിരുന്നു.	Ayāḷuṭe Eẕupatāṃ Vayassukālatt Ayāḷ Ativēgaṃ Naṭakkumāyirunnu.

6. Past Conditional *സംഭാവ്യ ഭൂതകാലം (Sambhāvya Bhūtakālaṃ)*

1. If you had worked hard, you would have passed.	നീ കഠിനമായി അദ്ധ്വാനിച്ചിരുന്ന വെങ്കിൽ, ജയിച്ചേനേ.	Nī Kaṭhinamāyi Addhvāniccirunnu-veṅkil, Jayiccēnē.
2. Had you been honest you would have been happier.	നീ സത്യസന്ധനായി രുന്നുവെങ്കിൽ സന്തോഷമുള്ള വനായിരുന്നേനേ.	Nī Satyasandha-nāyirunnuveṅkil Santōṣamuḷḷa-vanāyirunnēnē.
3. If she had been clever she would have not done that.	അവൾ ബുദ്ധിയുള്ള-വളായിരുന്നുവെങ്കിൽ അങ്ങനെ ചെയ്യുകയില്ലായിരുന്നു.	Avaḷ Buddhiyuḷḷa-vaḷāyirunnuveṅkil Aṅṅane Ceyuka-yillāyirunnu.
4. Had you sung, we would have enjoyed.	നീ പാടിയിരുന്നു-വെങ്കിൽ ഞങ്ങൾ ആസ്വദിച്ചേനേ.	Nī Pāṭiyirunnuveṅkil Ñaṅṅaḷ asvadiccēnē.

5. If she had reached I would have gone.	അവൾ എത്തിയിരുന്നു വെങ്കിൽ ഞാൻ പോയേനേ.	Avaḷ Ettiyirunnu-veṅkil Ñān Pōyēnē.
6. Had you came I would have played.	നീ വന്നിരുന്ന വെങ്കിൽ ഞാൻ കളിക്കുമായിരുന്നു.	Nī Vannirunnu-veṅkil Ñān Kaḷikkumāyirunnu.
7. If you had written to me I would have replied to you.	നീ എനിക്ക് എഴുതിയിരുന്നു വെങ്കിൽ ഞാൻ നിനക്ക് മറുപടി അയ്ക്കുമായിരുന്നു.	Nī Enikk Ezutiyirunnuveṅkil Ñān Ninakk Maṟupaṭi Aykkumāyirunnu.
8. Had you asked me I would have stayed.	നീ ചോദിച്ചിരുന്നു വെങ്കിൽ ഞാൻ താമസ്സിക്കു മായിരുന്നു.	Nī Cōdiccirunnu-veṅkil Ñān Tāmassikku-māyirunnu.
9. If she had told me earlier I would have not done so.	അവൾ നേരത്തെ പറഞ്ഞിരുന്നു വെങ്കിൽ ഞാൻ അങ്ങനെ ചെയ്യുകയില്ലായിരുന്നു.	Avaḷ Nēratte Paṟaññirunnuveṅkil Ñān Aṅṅane Ceyukayillāyirunnu.
10.Had you invited her she would have come.	നീ ക്ഷണിച്ചിരുന്നു വെങ്കിൽ അവൾ വരുമായിരുന്നു	Nī Kṣaṇiccirunnu-veṅkil Avaḷ Varumāyirunnu.
11.If Radha had wings she would have flown over to Krishna.	രാധയ്ക്ക് ചിറകുകളു ായിരുന്നു വെങ്കിൽ അവൾ പറന്നു പോകുമായിരുന്നു.	Rādhaykk Ciṟakukaḷ-uṇṭāyirunnuveṅkil Avaḷ Paṟannu pōkumāyirunnu.
12.If she had liked the camera she would have bought it.	അവൾക്ക് ആ ക്യാമറ ഇഷ്ടമായിരുന്നു വെങ്കിൽ അവൾ അത് വാങ്ങിക്കു മായിരുന്നു.	Avaḷkk Ā Kyāmaṟa Iṣṭamāyirunnu-veṅkil Avaḷ At Vāṅṅikku-māyirunnu.

27TH STEP
ഇരുപത്തിയെഴാമത്തെ ചുവട്

INTERROGATIVE SENTENCES (1)
ചോദ്യരൂപത്തിലുള്ള വാചകങ്ങൾ
(Cōdyarūpattiluḷḷa Vācakaṅṅaḷ)

Interrogative Sentences with

(1) IS ARE AM WAS WERE

ആകുന്നു, ആയിരുന്നു (Ākunnu, Āyirunnu.)

1. Is Hindi difficult?	ഹിന്ദി പ്രയാസ മാണോ?	Hindi Prayāsamāṇō?
2. Is it cold today?	ഇന്ന് തണുപ്പുണ്ടോ?	Inn Taṇu ppuṇṭō?
3. Is your name Narendra Kumar?	നിന്റെ പേര് നരേന്ദ്ര കുമാർ എന്നാണോ?	NinṟePēr Narēndra kumār Ennāṇō?
4. Are you afraid of ghosts?	നിനക്ക്പ്രേതങ്ങളെ പേടിയാണോ?	Ninakk Prētaṅṅaḷe Pēṭiyāṇō?
5. Are you feeling well?	നിനക്ക് സുഖമാണോ?	Ninakk Sukhamāṇō?
6. Are you Mr. Amitabh?	താങ്കൾ അമിതാഭ്ആണോ?	Tāṅkaḷ Atitābh Āṇō?
7. Am I afraid of you?	എനിക്ക് നിന്നെ പേടിയാണോ?	Enikk Ninne Pēṭiyāṇō?
8. Am I a fool?	ഞാൻ ഒരു വിഡ്ഢിയാണോ ?	Ñān Oru Viḍhiyāṇō?
9. Am I your servant?	ഞാൻ നിന്റെ വേല ക്കാരനാണോ?	Ñān Ninṟe Vēlakkāranāṇō?
10. Was she frightened?	അവൾ പേടിച്ചിരുന്നോ?	Avaḷ Pēṭiccirunnō?

11. Was he a stranger here?	അവൻ ഇവിടെ ഒരു അപരിചിത നായിരുന്നോ?	Avan Iviṭe Oru Aparicitanā yeruṇō?
12. Was the moon shining?	ചന്ദ്രൻ പ്രകാശിക്കു- ന്നു ായിരുന്നോ?	Candran Prakāśi kkunnuṇṭāyirunnō.?
13. Were the boys playing football?	ആൺകുട്ടികൾ പന്ത് കളിക്കുന്നു ായിരുന്നോ?	Āṇkuṭṭikaḷ Pant Kaḷikkunnuṇ ṭāyirunnō?
14. Were you enjoying yourself in Simla?	നീ സിംലായിൽ ഉല്ലസിക്കുക യായിരുന്നു?	Nī Simḷāyil Ullasikkuka Yāyirunnu?
15. Were you not happy with your collegues?	നിന്റെ സഹപ്രവർ ത്തകരുമായി നീ സന്തോഷത്തി ലാണോ?	Ninṟe Pravarttakaru māyi Nī Santōṣa ttilāṇō?

(2) DO, DOES, DID *(ചെയ്യുക, ചെയ്തു) Ceyyuka, Ceytu*

16. Do we shirk work?	ഞങ്ങൾ ജോലി ഉപേക്ഷിക്കുമോ?	Ñaṅṅaḷ Jōli Upēkṣikkumō?
17. Do you smoke?	നീ പുകവലിക്കുമോ?	Nī Pukavalikkumō?
18. Do you always speak the truth?	നീ എപ്പോഴും സത്യം പറയുമോ?	Nī Eppōḻuṃ Satyaṃ Paṟayumō?
19. Does she like to dress well?	അവൾ നല്ല വസ്ത്രം ധരിക്കാൻ ആഗ്രഹിക്കുമോ?	Avaḷ Nalla Vastraṃ Dharikkān Āgrahikkunnu.?
20. Does he play games?	അവൻ കളിക്കുമോ?	Avan Kaḷikkumō?
21. Does she like her neighbour?	അവൾക്ക് അയൽക്കാരോടു ഇഷ്ടമാണോ?	Avaḷkk Ayalkkārōṭu Iṣṭamāṇō?
22. Did Anupam eat all the apples?	അനുപ് എല്ലാം ആപ്പിളും തിന്നോ?	Anūp Ellāṃ Āppiḷuṃ Tinnō?
23. Did you build it?	നീ അത് പണി- യിച്ചോ?	Nī At Paṇiyiccō?
24. Did you ring the bell?	നീ മണിയടിച്ചോ?	Nī Maṇiyaṭiccō?

(3) HAS, HAVE, HAD *(ഉണ്ട്, ഉണ്ടായിരുന്നു) (Uṇṭ, Uṇṭāyirunnu)*

25. Has he written to father?	അവൻ അച്ഛന് എഴുതിയോ ?	Avan Acchan Eẕutiyō?
26. Has her temperature gone down?	അവളുടെ പനികുറഞ്ഞോ ?	Avaḷuṭe Panikuṟaññō?
27. Has Anurag missed the train?	അനുരാഗിന് തീവണ്ടി കിട്ടിയില്ലേ?	Anurāgin Tīvaṇṭi Kiṭṭiyila ?
28. Have you spent all your money?	നിന്റെ എല്ലാ പണവും ചിലവാക്കിയോ?	Ninṟe Ellā Paṇavuṃ Cilavākkiyō?
29. Have you ever driven any car?	നീ എന്തെങ്കിലും ഏതെങ്കിലും കാറ് ഓടിച്ചിട്ടുണ്ടോ?	Nī Enteṅkiluṃ Ēteṅkiluṃ Kāṟ Ōṭicciṭṭuṇṭō?
30. Have you found my handkerchief?	എന്റെ തൂവാല നീ കണ്ടോ?	Enṟe Tūvāla Nī Kaṇṭō?
31. Had the postman delivered any letter?	തപാൽക്കാരൻ കത്ത് തന്നുവോ?	Tapālkkāran Katt Tannuvō?
32. Had you finished your work?	നിന്റെ ജോലി പൂർത്തിയാക്കിയോ?	Ninṟe Jōli Pūrttiyākkiyō?
33. Had you ever Bambai Bombay?	നീ എപ്പോൾ എങ്കിലും ബോംബയ്ക്ക് ചെന്നിട്ടുണ്ടോ?	Nī Eppōḷ Eṅkiluṃ Bōmbaykk Cenniṭṭuṇṭō.?

(4) WILL, SHALL, WOULD, SHOULD
(ആകും, ആയിരിക്കും) (Ākuṃ, Āyirikkuṃ)

34. Will they attend the meeting in time?	അവർ കൃത്യ സമയത്തിൽ യോഗത്തിൽ ഹാജരാകുമോ?	Avar Kṛtya Samayattil Yōgattil Hājarākumō?
35. Will you meet her at the station?	അവളെ സ്റ്റേഷനിൽ നീ കണ്ടുമുട്ടുമോ?	Avaḷe Sēṟṟaṣanil Nī Kaṇṭumuṭṭumō?
36. Shall I not apologize for	ഞാൻ എന്റെ തെറ്റിനായി മാപ്പു	Ñān Māppu Cōdikkaṇamō Enṟe

my mistake?	ചോദിക്കണമോ ?	Teṟṟināyi?
37. Shall we call on her?	നാം അവളെ സന്ദർശിക്കണമോ?	Nāṃ Avaḷe Sandarśikkaṇamō?
38. Would he give me some rupees if I needed some money?	എനിക്ക് ആവശ്യമുണ്ടെങ്കിൽ കുറച്ചു പണം അവൻ തരുമോ?	Enikk Āvaśya muṇṭeṅkil Kuṟaccu Paṇaṃ Avan Tarumō?
39. Would you tell me the correct answer if I am mistaken?	ഞാൻ പറഞ്ഞതു തെറ്റാണെങ്കിൽ ശരിയായ ഉത്തരം നീ പറയാമോ?	Ñān Paṟaññatu Teṟṟāṇeṅkil Śariyāya Uttaraṃ Nī Paṟayāmō?
40. Should I not disturb you?	ഞാൻ നിന്നെ സംശയിക്കണമോ?	Ñān Ninne Saṃśayikkaṇamō?
41. Should we forget the noble acts of others?	മറ്റുള്ളവരുടെമഹത് കൃത്യങ്ങൾ നാം മറക്കാമോ ?	Maṟṟuḷḷavaruṭe Mahat Kṛtyaṅṅaḷ Nāṃ Maṟakkāmō?

(5) CAN, COULD, MAY

(കഴിയുക. കഴിഞ്ഞു, ആകാം) (Kaz̲iyuka, Kaz̲iññu, Ākāṃ.)

42. Can you solve this riddle?	ഈ കടങ്കഥയ്ക്ക് ഉത്തരം പറയാൻ കഴിയുമോ?	Ī Kaṭaṅkathakk Uttaraṃ Paṟayān Ninakk Kaz̲iyumō?
43. Can you jump over this fence?	ഈ വേലി ചാടി കടക്കാൻ നിനക്കാവുമോ?	Ī Vēli Cāṭikkaṭakkān Ninakkākumō?
44. Could he come in time?	അവന് സമയത്തിന് വരാൻ കഴിയുമോ?	Avan Samayattin Varān Kaz̲iyumō?
45. Could we do this job alone?	ഈ വേല ഒറ്റക്ക് നമുക്ക് ചെയ്യുവാൻ കഴിയുമോ?	Ī Vēla Oṟṟakk Namukk Ceyyuvān Kaz̲iyumō?
46. May I come in, Sir?	സാർ, ഞാൻ അകത്തേക്ക്വരട്ടെ.	Sār, Ñān Akattēkk Varaṭṭe.?
47. May I accompany you, Madam?	മാഡം, ഞാൻ നിങ്ങളുടെ കൂടെ വരട്ടെ	Māḍam, Ñān Niṅṅaḷuṭe Kūṭe Varaṭṭe?
48. May I have your attention?	ദയവായി ശ്രദ്ധിക്കു	Dayavāyi Śraddhikku

28TH STEP
ഇരുപത്തിയെട്ടാമത്തെ ചുവട്

INTERROGATIVE SENTENCES (2)
ചോദ്യ സൂചകമായ വാക്യങ്ങൾ
(Cōdya Sūcakamāya Vākyaṅṅaḷ)

Interrogative Sentences With

(1) WHAT WHEN WHERE WHY

(എന്ത്, എപ്പോൾ, എവിടെ, എന്ത്കൊണ്ട്) Ent, Eppōḷ, Eviṭe, Entkoṇṭ.

1. What is your name?	നിന്റെ പേര് എന്താണ്?	Ninṟe Pēr Entāṇ?
2. What is your age?	എന്താണ് നിന്റെ വയസ്സ്?	Entāṇ Ninṟe Vayass?
3. What does this mean?	ഇതിന്റെ അർത്ഥമെന്താണ് ?	Itinṟe Artthamentāṇ?
4. What do you want?	നിനക്ക് എന്ത് വേണം?	Ninakk Ent Vēṇaṃ?
5. What did you pay?	നീ എന്തു കൊടുത്തു?	Nī Entu Koṭuttu?
6. What will you take?	നീ എന്ത് എടുക്കും?	Nī Ent Eṭukkuṃ.?
7. What colour do you like?	നിനക്ക് എന്തു നിറമാണ് ഇഷ്ടം?	Ninakk Entu Niṟamāṇ Iṣṭaṃ?
8. What wages do you want?	നിനക്ക് എന്തു കൂലി വേണം?	Ninakk Entu Kūli Vēṇaṃ?
9. What is your hobby?	നിന്റെ വിനോദം എന്ത്?	Ninṟe Vinōdaṃ Ent?
10. When do you get up in the morning?	രാവിലെ നീ എപ്പോൾ എഴുന്നേൽക്കും?	Rāvile Nī Eppōḷ Ezunnēlkkuṃ?
11. When did you hear this news?	ഈ വാർത്ത നീ എപ്പോൾ കേട്ടു?	Ī Vārtta Nī Eppōḷ Kēṭṭu?
12. When shall we	നാം എപ്പോൾ	Nāṃ Eppōḷ

return?	തിരിച്ചുവരും.	Tiriccuvarum?
13. When will you finish your work?	നിന്റെ ജോലി നീ എപ്പോൾ തീർക്കും?	Ninṟe Jōli Nī Eppōḷ Tīrkkuṃ?
14. When did she tell you her story?	എപ്പോഴാണ് അവൾ അവളുടെ കഥ നിന്നോടു പറഞ്ഞത്?	Eppōẕāṇ Aval Avaḷuṭe Katha Ninnōṭ Paṟaññat?
15. When will they meet again?	അവർ ഇനി എപ്പോൾ കാണും?	Avar Ini Eppōḷ Kāṇuṃ?
16. When was your car stolen?	നിന്റെ കാർ എപ്പോൾ മോഷ്ടിക്കപ്പെട്ടു?	Ninṟe Kār Eppōḷ Mōṣṭikkappeṭṭu?
17. When do you wear your new pant clothes?	നീ നിന്റെ പുതിയ വസ്ത്രം എപ്പോൾ ധരിക്കും?	Nī Ninṟe Putiya Vastraṃ Eppōḷ Dharikkuṃ?
18. When do we have to leave this station?	ഞങ്ങൾ എപ്പോഴാണ് ഈ സ്ഥലം വിടുക.	Ñaṅṅaḷ Eppōẕāṇ Ī Sthalaṃ Viṭuka?
19. At what time do you sleep at night?	രാത്രി നീ എപ്പോൾ ഉറങ്ങി ?	Rātri Nī Eppōḷ Uṟaṅṅi?
20. Where is your purse?	നിന്റെ പണ സഞ്ചി എവിടെ ?	Ninṟe Paṇa Sañci Eviṭe?
21. Where are you going?	നീ എവിടെ പോകുന്നു ?	Nī Eviṭe Pōkunnu?
22. Where do they live?	അവർ എവിടെ താമസിക്കുന്നു ?	Avar Eviṭe Tāmasikkunnu?
23. Where does this path lead do?	ഈ പാത എവിടേക്ക് ചെല്ലുന്നു ?	Ī Pāta Eviṭēkk Cellunnu?
24. Where have you come from?	നീ എവിടെ നിന്ന് വരുന്നു. ?	Nī Eviṭe Ninn Varunnu?
25. Where can we obtain books?	ഞങ്ങൾക്ക് പുസ്തകങ്ങൾ എവിടെ നിന്ന് ലഭിക്കും ?	Ñaṅṅaḷkk Pustakaṅṅaḷ Eviṭe Ninn Labhikkuṃ?
26. Where was your watch made?	നിന്റെ കൈ ഘടികാരം എവിടെ നിർമ്മിച്ചതാണ് ?	Ninṟe Kai Ghaṭikāraṃ Eviṭe Nirmmiccatāṇ?
27. Where do you buy tea?	നീ ചായ എവിടെ നിന്ന് വാങ്ങുന്നു ?	Nī Cāya Eviṭe Ninn Vāṅṅunnu?
28. Where can I	ഞാൻ എവിടെ	Ñān Eviṭeyāṇ

get down?	യാണ് ഇറങ്ങേ ത് ?	Iṟaṅṅēṇṭat?
29. Where shall we go now?	നാം ഇപ്പോൾ എവിടേക്ക് പോകും?	Nāṃ Ippōḷ Eviṭēkk Pōku?
30. Why does he not apply for this post?	അവൻ എന്തു കൊ് ഈ പദവിക്ക് അപേക്ഷിക്കുന്നില്ല?	Avan Entukoṇṭ Ī Padavikk Apēkṣikkunnilla?
31. Why did you not come early?	നീ എന്തു കൊ് നേരത്തെ വരുന്നില്ല?	Nī Entukoṇṭ Nērattevarunnilla?
32. Why did she abuse me?	അവൾ എന്തു കൊ് എന്നെ അപമാനിച്ചു ?	Avaḷ Entu Koṇṭ Enne Apamāniccu?
33. Why do you drink so much?	നീ എന്തിന് ഇത്ര അധികം കുടിക്കുന്നു?	Nī Entin Itrayadhi - kaṃ Kuṭikkunnu?
34. Why do you not solve my queries?	എന്റെ പ്രശ്നങ്ങളെ നീ എന്തു കൊ് പരിഹരിക്കുന്നില്ല ?	Enṟe Praśnaṅṅaḷe Nī Entukoṇṭ Pariharikkinnilla?
35. Why are you so sad today?	നീയെന്താണ് ഇന്ന് ഇത്ര ദുഃഖിത നായിരിക്കുന്നത്?	Nī Entāṇ Inn Itra Duḥkhitanā yirikkunnat?
36. Why was your mother angry with you?	എന്തു കൊാണ് നിന്റെ അമ്മ നിന്നോടു ദേഷ്യപ്പെട്ടത് ?	Entukoṇṭāṇ Ninṟe Amma Ninnōṭ Dēṣyappeṭṭat?
37. Why do some people travel abroad?	ചിലർ എന്തു കൊാണ് വിദേ ശത്ത് പോകുന്നത്?	Cilar Entukoṇṭāṇ Vidēśatt Pōkunnat?
38. Why was that M.L.A. sent to prison?	എന്തു കൊാണ് എം.എൽ.എ.യെ ജയിലിൽ അയച്ചത്?	Entukoṇṭāṇ Eṃ.El.Eye Jayilil Ayaccat?
39. Why do you not try to understand me?	നീ എന്തു കൊ് എന്നെ മനസ്സി ലാക്കുവാൻ ശ്രമിക്കുന്നില്ല.?	Nī Entukoṇṭ Enne Manassilākkuvān Śramikkunnilla?

(2) WHO WHOM WHOSE ***(ആര്, ആരുടെ) Ār, Āruṭe***

40. Who is that fellow?	അവൻ ആരാണ് ?	Avan Ārāṇ ?

41. Who lives in this house?	ഈ വീട്ടിൽ ആരാണ് താമസിക്കുന്നത്?	Ī Vīṭṭil Ārāṇ Tāmasikkunnat?
42. Who sang this song?	ഈ പാട്ട് ആരാണ് പാടിയത് ?	Ī Pāṭṭ Ārāṇ Pāṭiyat?
43. Who repairs the watches?	കൈ ഘടികാരം ആര് ശരിയാക്കും?	Kai Ghaṭikāram Ār Śariyākkuṃ.?
44. Who controlled the traffic?	ഗതാഗതം ആരാണ് നിയന്ത്രിച്ചത്?	Gatāgataṃ Ārāṇ Niyantriccat?
45. Whom do you want?	നിനക്ക് ആരെയാണ് വേണ്ടത് ?	Ninakk Āreyāṇ Vēṇṭat?
46. By whom are you employed?	ആർ മൂലമാണ് നീ ജോലിയിൽ നിയമിതനായത്?	Ār Mūlamāṇ Nī Jōliyil Niyamitanāyat?
47. Whom had you promised?	ആർക്കാണ് നീ വാക്കുകൊടുത്തത്?	Viṭ Āruṭetāṇ?
48. Whose house is that?	ആ വീട് ആരുടെതാണ്?	Vah makān kiskā hai?
49. In whose employment are our teachers?	നമ്മുടെ അദ്ധ്യാപകന്മാർ ആരുടെ കീഴിലാണ് ജോലിചെയ്യുന്നത് ?	Nammuṭe Addhyāpakanmār Āruṭe Kīḻilāṇ Jōliceyyunnat?

29TH STEP
ഇരുപത്തിഒൻപതാമത്തെ ചുവട്

INTERROGATIVE SENTENCES (3)
ചോദ്യസൂചകമായ വാക്യങ്ങൾ
(Cōdyasūcakamāya Vākyaṅṅaḷ)

Interrogative Sentences with

(1) HOW HOW LONG HOW MANY HOW MUCH

(എങ്ങനെ, എത്രകാലം എത്രദൂരം, എത്ര) Eṅṅane, Etrakālaṃ Etradūraṃ, Etra

1. How do you do?	നീ എങ്ങനെ യിരിക്കുന്നു?	Nī Eṅṅane yirikunnu?
2. How do you feel now?	ഇപ്പോൾ നിനക്ക് എങ്ങനെ തോന്നുന്നു?	Ippōḷ Ninakk Eṅṅane Tōnnunnu?
3. How did you come to know the truth?	സത്യം നീ എങ്ങനെ അറിയുവാനിടയായി ?	Satyaṃ Nī Eṅṅane Aṟiyuvāniṭayāyi?
4. How are you?	നിനക്ക് സുഖം തന്നെയാണോ?	Nī Eṅṅaney irikkunnu?
5. How old are you?	നിനക്ക് എത്ര വയസ്സായി ?	Ninakk Etra Vayassāyi?
6. How is it possible?	അത് എങ്ങനെ സാധ്യമാകും?	At Eṅṅane Sādhyamākuṃ?
7.How do you manage it?	നീ എങ്ങനെ ഇത് നടത്തിക്കൊു പോകുന്നു.	Nī Eṅṅane It Naṭattikoṇṭu pōkunnu?
8. How long do they want the rooms for?	എത്ര നാളേക്കാണ് അവർക്ക് ഈ മുറികൾ വേത് ?	Etranāḷēkkāṇ Avarkk Ī Muṟikaḷ Vēṇṭat?
9.How long is the post-office from your	തപാൽ ആപ്പീസ് നിന്റെ വീട്ടിൽ നിന്ന് എത്ര	Tapāl Āppīs Ninṟe Viṭṭil Ninn Etra Dūrattilāṇ?

residence?	ദൂരത്തിലാണ് ?	
10. How long is this room?	ഈ മുറിക്ക് എന്തു നീളം വരും ?	Ī Murikk Entu Nīḷaṃ Varuṃ?
11. How long is the capital from here?	തലസ്ഥാനം ഇവിടെ നിന്നു എന്തു ദൂരമു ് ?	Talasthānaṃ Iviṭe Ninnu Entu Dūraṃudu?
12. How many family members have you?	നിനക്ക് എത്ര കുടുംബാംഗങ്ങൾ ഉ ് ?	Ninakk Etra Kuṭumbāṅgaṅṅaḷ Uṇṭ?
13. How many brothers and sisters have you?	നിനക്ക് എത്ര സഹോദരന്മാരും സഹോദരിമാരുമു ്.	Ninaka Etra Sahōdaranuṃ Sahō darimarumuṇṭ?
14. How much money is to be paid?	എത്ര പണം കൊടുക്കണം.	Etra Paṇaṃ Koṭukkaṇaṃ?
15. How much do you charge per head?	ഒരു ആൾക്ക് നീ എത്ര വാങ്ങിക്കുന്നു.	Oru Āḷkk Nī Etra Vāṅṅikkunnu?

(2) WHICH (ഏത്?) Ēt?

17. Which is your umbrella?	നിന്റെ കുട ഏത് ?	Ninṟe Kuṭa Ēt?
18. Which film will you see on Sunday?	നീ ഏതു പടം കാണും.	Ñāyṟāẓca Nī Ētu Paṭaṃ Kāṇuṃ ?
19. Which is the right way?	ശരിയായ വഴി ഏത് ?	Śariyāya Vaẓi Ēt?
20. Which is the booking office?	ഏതാണ് ടിക്കറ്റു കൊടുക്കുന്ന സ്ഥലം	Ētāṇ Ṭikkaṟaṟu Koṭu kkunna Sthalaṃ?
21. Which is your favourite book?	നിന്റെ പ്രിയപ്പെട്ട പുസ്തകം ഏത്?	Ninṟe Priyappeṭṭa Pustakaṃ Ēt?
22. At which platform does the frontier mail arrive?	ഫ്രാ ിയർ മെയിൽ ഏത് പ്ലാറ്റഫോറത്തിൽ വരും?	Fraṇṇṭiyar Meyil Ēt Plāṟṟphōṟattil Varuṃ

30TH STEP
മൂപതാമത്തെ ചുവട്

NEGATIVE SENTENCES
ചോദ്യ സൂചക വാക്യങ്ങൾ
(Cōdyasūcaka Vākyaṅṅaḷ)

Negative Sentences with

(1) NOT NO-NOT NO NEVER NOTHING SELDOM
(ഇല്ല, അല്ല, ഒരിക്കലുമില്ല, ഒന്നുമില്ല, എപ്പോഴുമില്ല). Illa, Alla, Orikkalumilla, Onnumilla, Eppōzumilla

1. My father is not feeling well.	എന്റെ അച്ഛന് നല്ല സുഖമില്ല.	Enre Acchan Nalla Sukhamilla.
2. We are not fools.	ഞങ്ങൾ വിഡ്ഢികളല്ല	Ñaṅṅaḷ Viḍḍikaḷalla.
3. I don't know what you say.	നീ പറയുന്നത് എന്താണെന്ന് അറിയില്ല.	Nī Parayunnat Entāṇenn Enikk Ariyilla
4. I don't know who she is.	അവളാരാണെന്ന് എനിക്കറിയില്ല .	Avaḷārāṇenn Enikkariyilla.
5. No, I don't understand.	ഇല്ല, എനിക്ക് മനസ്സിലാകുന്നില്ല.	Illa, Enikk Manassilākunnilla.
6. I know nothing about it.	എനിക്ക് അതിനെ പറ്റി ഒന്നുംഅറിയില്ല.	Enikk Atine Parri Onnuṃ Ariyilla.
7. Nothing in particular.	പ്രത്യേകിച്ചൊന്നുമില്ല.	Pratyēkiccon numilla.
8. I did not want anything.	എനിക്ക് ഒന്നും േ വ	Enikk Onnuṃ Vēṇṭa
9. No sir, the boss has not come yet.	ഇല്ല സാർ, മുതലാളിയിനിയും വന്നിട്ടില്ല.	Illa Sār, Mutalāḷiyiniyuṃ Vanniṭṭilla.
10. No thorough-fare.	ഇതു വഴിയല്ല ഇതു വഴി പോകരുത്.	Itu Vaziyalla Itile Vazi Pōkarut.
11.No, I have	ഇല്ല,എനിക്ക്	Illa, Enikk Tala

a headache.	തല വേദനിക്കുന്നു.	Vēdanikkunnu.
12.No, not at all.	ഇല്ല, ഒട്ടുമില്ല,	Illa, Oṭṭumilla,
13.She is not trustworthy.	അവൾ വിശ്വസി ക്കാൻ പറ്റിയവളല്ല.	Aval Viśvasikkān Paṟṟiyavaḷalla.
14. Barking dogs seldom bite.	കുരയ്ക്കുന്ന പട്ടി കടിക്കില്ല.	Kuraykkunna Paṭṭi Kaṭikkilla
15.Do not touch it.	അത് തൊടരുത്.	At Toṭarut

(2) Negative Sentences with Interrogation

നിഷേധ വാക്യങ്ങൾ ചോദ്യരൂപത്തിൽ

16. I can jump. Can't I?	എനിക്ക് ചാടാൻ കഴിയും. എനിക്ക് കഴിയില്ലേ?	Enikk Cāṭān - Kaḻiyuṃ. Enikk Kaḻiyillē ?
17.They will surely come. Won't they?	അവർ തീർച്ച യായും വരും, വരില്ലേ അവർ?	Avar Tīrccayāyuṃ Varuṃ, Varillē Avar?
18.They are fools. Aren't they?	അവർ മഠയരാണ്, അല്ലേ ?	Avar Maṭhayarāṇ, Allē?
19.You should not abuse others. Should you?	മറ്റുള്ളവരെ അപമാനിക്കരുത് ചെയ്യുമോ നീ ?	Maṟṟuḷḷavare Apamānikkarut.? Ceyyumō Nī ?
20.You must not smoke. Must you?	നീ പുക വലിക്കരുത്, വലിക്കുമോ നീ ?	Nī Puka Valikkarut, Valikkumō Nī?
21.There is enough milk. Isn't it?	ധാരാളം പാല് ഉ ണ്ടല്ലോ, ഇല്ലേ ?	Dhārāḷaṃ Pāl Uṇṭallō, Illē?
22.Can't you find your handker-chief?	നിന്റെ തൂവാല ക ണ്ടെ ടു ക്കു വാ ൻ നിനക്ക് കഴിഞ്ഞില്ലേ.	Ninṟe Tūvāla Kaṇṭeṭukkān Ninakk Kaḻiññillē?
23.Couldn't he have done better?	ഇതിലും നന്നായി അവൻ ചെയ്യുമായിരുന്നു.	Itiluṃ Nannāyi Avan Ceyyumāyirunnu?
24. Won't you be able to come and see us?	ഞങ്ങളെ വന്നു കാണുവാൻ നിനക്ക് പറ്റില്ലേ.	Ñaṅṅaḷe Vannu Kāṇuvān Ninakk Paṟṟillē?
25.Aren't you going to walk now?	നീ എന്താ ഇപ്പോൾ നടക്കുവാൻ പോകുന്നില്ലേ.	Nī Entā Ippōḷ Naṭakkuvān Pōkunnillē?

PART - 4 (31ST STEP to 4OTH STEP)

31ST STEP
മുപ്പത്തിയൊന്നാമത്തെ ചുവട്

AT HOME
വീട്ടിൽ (Vīṭṭil)

1. You have come to visit after a long time	നീ എന്നെ വളരെ സന്ദർശിച്ചത് നാളുകൾക്ക് ശേഷമാണ്.	Nī Enne Vaḷare Sandarśis#mccat Nāḷukaḷkk Śēṣamāṇ.
2. What brings you here?	എന്താണ് നിന്നെ ഇവിടെക്കെത്തിച്ചത്?	Entāṇ Ninne Iviṭekketticcat?
3. I seek your advice.	ഞാൻ നിന്റെ ഉപദേശം തേടുന്നു.	Ñān Ninṟe Upadēśaṃ Tēṭunnu.
4. What is your opinion on this matter?	ഈ കാര്യത്തിൽ നിന്റെ അഭിപ്രായം എന്ത്	Ī Kāryattil Ninṟe Abhiprāyaṃ Ent
5. I have come for some important matter.	ചില മുഖ്യമായ കാര്യങ്ങൾക്കാ യാണ് ഞാനിവിടെ വന്നിട്ടുള്ളത്.	Kāryaṅṅaḷkkāyāṇ kyā vichār hai?
6. She had some work with you.	അവൾക്ക് നിന്നെക്കൊ് ചിലജോലികളു്	Avaḷ Ninnekkoṇṭ Cila Jōlikaḷuṇṭ
7. Come some other time.	പിന്നെ എപ്പോഴെ ങ്കിലും വരിക.	Pinne Eppōẕeṅkiluṃ Varika.
8. Both of you may come.	നിങ്ങൾ ര ു പേർക്കും വരാം.	Niṅṅaḷ Ranṭu pērkkuṃ Varāṃ.
9. Promise that you shall come.	നീ വരുമെന്ന് സത്യം ചെയ്യുക	Nī Varumenn Satyaṃ Ceyyuka.
10. I have forgotten your name.	നിന്റെ പേര് എനിക്ക് ഓർമ്മയില്ല.	Ninṟe Pēr Enikk Ōrmmayilla.
11. You are beyond recognition.	നിന്നെ തിരിച്ചറി യുവാൻ പ്രയാസം.	Ninne Tiriccaṟiyuvān Prayāsaṃ.
12. I woke up early this morning.	ഇന്ന് കാലത്ത് ഞാൻ നേരത്തെഴുന്നേറ്റു	Inn Kālatt Ñān Nēratteṅ Eẕunnēlkku.
13. I did not think it proper to	നീന്നെ ഉണർത്തു ന്നത് എനിക്ക് ശരി	Nī Enne Uṇarttunnat Enikk Śariyāyi

wake you up.	യായി തോന്നിയില്ല.	Tōnniyilla.
14. Are you still awake?	നീ ഇനിയും ഉണർന്നാണോ ഇരിക്കുന്നത്.	Nī Iniyuṃ Uṇarnnāṇō Irikkunnat.
15. I shall rest for a while.	ഞാൻ കുറച്ചുസമയം വിശ്രമിക്കട്ടെ.	Ñān Kuṟaccu Samayaṃ
16. Let them rest.	അവർ വിശ്ര മിക്കട്ടെ.	Avar Viśramikkaṭṭe.
17. I shall come some other time	ഞാൻ പിന്നൊരിക്കൽ വരാം.	Ñān Pinnorikkal Varāṃ.
18. I am feeling sleepy.	എനിക്ക് ഉറക്കം വരുന്നു.	Enikk Uṟakkaṃ Varunnu.
19.Go and take a rest.	പോയി വിശ്രമിക്കുക.	Pōyi Viśramikkuka.
21. I feel very sleepy.	എനിക്ക് നല്ല ഉറക്കം തോന്നുന്നു.	Enikk Nalla Uṟakkaṃ Tōnnunnu.
22.Please inform me of her arrival.	അവളുടെ വരവിനെ കുറിച്ച് എന്നെ അറിയിക്കുക.	Avaḷuṭe Varavine Kuṟicc Enne Aṟiyikkuka.
23.He left a long while ago.	അവൻ വളരെ നേരത്തെ പോയി.	Avan Vaḷare Nēratte Pōyi.
24.Why did you not go?	നീ എന്തു കൊ് പോയില്ല.	Nī Entu Koṇṭ Pōyilla.
25.I could not go because of some urgent work.	ചില അടിയന്തിര ജോലികൾ കാരണം എനിക്ക് പോകാൻ കഴിഞ്ഞില്ല.	Cila Aṭiyantira Jōlikaḷ Kāraṇaṃ Enikk Pōkān Kaẓiññilla.
26.Why did you not come the day before yesterday.	മിനഞ്ഞാന്ന് നീ എന്താണ് വരാഞ്ഞത്.	Minaññānn Nī Entāṇ Varāññat. Ṇ Varāññat.
27.There was an urgent piece of work.	ഒരു അത്യാവശ്യ ജോലിയു ാ യി രു ന്നു.	Oru Atyāvaśya Jōliyuṇṭāyirunnu.
28.I have been out since morning.	രാവിലെ മുതൽ ഞാൻ പുറത്തു തന്നെയായിരുന്നു.	Rāvile Mutal Ñān Puṟattu Tanneyāyirunnu.
29.They must be waiting for me at home.	അവർ വീട്ടിൽ എനിക്കായി കാത്തിരിക്കണം.	Avar Vīṭṭil Enikkāyi Kāttirikkunam.
30.I cannot stay any longer now.	ഇനിയും എനിക്ക് തങ്ങാനാവില്ല.	Iniyuṃ Enikk Taṅṅānāvilla.
31.Good bye, see you again.	വിട, വീ ും കാണാം.	Viṭa, Vīṇṭuṃ Kāṇāṃ.

32ND STEP
മുപ്പത്തിരാമത്തെ ചുവട്

SHOPPING
സാധനം വാങ്ങൽ (Sādhanaṃ Vāṅṅal)

1. Where is the Central Market?	സെൻട്രൽ മാർക്കറ്റ് എവിടെയാണ് ?	Senṭral Mārkkaṟṟ
2. I am going there, follow me.	ഞാൻ അവിടേക്കു പോകുന്നു, എന്റെ പിന്നാലെ വരിക.	Ñān Aviṭēkku Pōkunnu, Enṟe Pinnāle Varika.
3. I want to purchase some clothes.	എനിക്ക് കുറച്ചു തുണികൾ വാങ്ങണം.	Enikk Kuṟaccu Tuṇikaḷ Vāṅṅaṇam.
4. Which is the cheapest and best shop?	ഏതാണ് വില കുറഞ്ഞതും ഗുണ മേന്മയുള്ളകട?	Ētāṇ Vila Kuṟaññatuṃ Guṇamēnmayumuḷḷa Kaṭa?
5. How much money have you?	നിന്റെയടുത്ത് എത്ര പണം ഉ്?	Ninṟeyaṭutt Etra Paṇaṃ Unṭ?
6. Don't spend more than you can afford.	നിനക്കുതാങ്ങാനാവു ന്നതിലധികം ചിലവു ചെയ്യരുത്	Ninakku Tāṅṅānāvu Nnatiladhikaṃ Cilavu Ceyyarut.
7. Is the price fixed?	വില മാറ്റ മില്ലാത്തതാണോ ?	Vila Māṟṟa millāttatāṇō?
8. State your minimum price.	ഏറ്റവും കുറഞ്ഞ വില പറയുക?	Ēṟṟavuṃ Kuṟañña Vila Paṟayuka?
9. Will you give it for seventy rupees?	എഴുപതു രൂപായ്ക്ക് തരാമോ?	Eḻupatu Rūpāykk Tarāmō?
10.Count the money.	പണം എണ്ണുക.	Paṇaṃ Eṇṇuka.
11.Give me the balance.	ബാക്കി എനിക്കു തരിക.	Bākki Enikku Tarika.
12.Do you sell	കാലുറ നിങ്ങൾ	Kāluṟa Niṅṅaḷ

socks?	വിൽക്കുന്നോ?	Vilkkunnō?
13.Buy this one.	ഇത് വാങ്ങുക.	It Vāṅṅuka.
14.Show me another variety.	വേറെ ഒരു ഇനം കാണിക്കുക.	Vēṟe Oru Inaṃ Kāṇikkuka.
15.I do not want this.	ഇതു എനിക്കു േ വ .	Itu Enikku Vēṇṭa.
16.Not so costly.	ഇത്ര വില കൂടിയത് േവ.	Itra Vila Kūṭiyat Vēṇṭa.
17.I do not want this colour.	എനിക്ക് ഈ നിറം േവ	Enikk Ī Niṟaṃ Vēṇṭa
18.It is faded.	ഇത് മങ്ങിയിരിക്കുന്നു.	It Maṅṅiyirikkunnu.
19.This is good.	ഇത് നല്ലതാണ്.	It NallatTāṇ.
20. It is very dear.	ഇത് വളരെ വിലകൂടിയതാണ്	It Vaḷare Vila Kūṭiyatāṇ.
21. Quite cheap.	വിലതികച്ചും കുറഞ്ഞത്	Vila Tikaccuṃ Kuṟav. Kuṟaññat
22. Will it shrink?	ഇതു ചുരുങ്ങുമോ?	Itu Curuṅṅumō
23. Can you recommend a good shop for shoes?	ഷൂസ്സ് വാങ്ങാൻ നല്ല ഒരു കട ശുപാർശ ചെയ്യുമോ?	Ṣūs Vāṅṅuvān Nalla Oru Kaṭa Śupārśa Ceyyāmō?
24. Bata shoes are quite reliable.	ബാറ്റാ ഷൂസ്സ് വളരെ വിശ്വസനിയമാണ്.	Bāṟṟā Ṣūss Vaḷare Viśvasiniyamāṇ.
25. May we get it for you?	ഞങ്ങൾ വാങ്ങി തരട്ടെ	Ñaṅṅaḷ Vāṅṅi Taraṭṭe?
26. Is the shop far away?	കട വളരെ ദൂരയാണോ?	Kaṭa Vaḷare Dūrayāṇō.?
27. How much for a pair?	ഒരു ജോടിക്ക് എന്താ വില ?	Oru Jōṭikk Entā Vila ?
28. Where is my bill?	എന്റെ ബിൽ എവിടെ ?	Enṟe Bil Eviṭe?
29. Which is the payment counter?	പണം കൊടു േക്ക ക ൗ ർ എവിടെ?.	Paṇaṃ Koṭukkēṇṭa Kauṇṭar Eviṭe?
30. Please give me the maximum discount.	ഏറ്റവും കൂടുതൽ വില കുറച്ചു തരു.	Ēṟṟavuṃ Kūṭutal Vila Kuṟaccu Tarū.
31. The error or omission will be adjusted.	എന്തെങ്കിലും പിശകോ ഉ െ ങ്കിൽ പിന്നെ ശരിയാക്കാം.	Enteṅkiluṃ Piśakō Uṇṭeṅkil Pinne Śariyākkāṃ.

33RD STEP
മുപ്പത്തിമൂന്നാമത്തെ ചുവട്

CRAFTSMEN

കരകൗശലവിദഗ്ധർ (Karakauśalavidagdhar)

(1) Cobbler *ചെരുപ്പ്കുത്തി (Ceruppkutti)*

1. Have you ment my shoes?	എന്റെ ചെരുപ്പ് നന്നാക്കിയോ.	Enre Cerupp Nannākkiyō.
2. I want to get these shoes resoled.	ഈ ചെരുപ്പുകൾ റിസോൾ ചെയ്യണം.	Ī Cerupp Risōḷ Ceyyaṇaṃ.
3. What would you charge for resoling?	റിസോൾ ചെയ്യു വാൻ എന്താണ് കൂലി ?	Risōḷ Ceyyu Vān Entāṇ Kūli ?
4. Don't use nails, stitch it.	ആണികൾ ഉപയോഗിക്ക തയ്ച്ചാൽ മതി.	Āṇikaḷ Upayōgikkaṇṭa Tayccāl Mati.
5. I need white laces.	എനിക്ക് വെള്ള നാട വേണം.	Enikk Veḷḷa Nāṭa Vēṇaṃ.

(2) Watch-maker

ഘടികാരം നന്നാക്കുന്നയാൾ *Ghaṭikāram Śariyākkunnayāḷ.*

6. What is wrong with your watch?	നിങ്ങളുടെ കൈ ഘടികാരത്തിന് എന്താ കുഴപ്പം.	Niṅṅaḷuṭe Kai Ghaṭikārattin Entāṇ Kuẓappaṃ.?
7. This watch gains eight minutes a day.	ഈ കൈ ഘടി കാരം ദിവസവും എട്ടു നിമിഷം മുന്നിലാണ്.	Ī Kai Ghaṭikāraṃ Divasavuṃ Eṭṭu Nimiṣaṃ
8. That watch loses six minutes in 24 hours.	ആ കൈ ഘടികാരം 24 മണികൂറിൽ 6 നിമിഷം കുറച്ചു കാണിക്കുന്നു.	Ā Kai Ghaṭikāraṃ 24 Maṇikūṟil 6 Nimiṣaṃ Kuṟaccu Kāṇikkunnu.
9. Did you drop this watch?	ഈ കൈ ഘടി കാരം നിങ്ങളുടെ	Ī Kai Ghaṭikāraṃ Niṅṅaḷuṭe Kaiyil

	കൈയിൽ നിന്നും താഴെ വീണിരുന്നോ.	Ninnuṃ Tāẕe Vīṇirunnō.
10. The balance of this watch is broken.	ഈ വാച്ചിന്റെ ശേഷിച്ച ഭാഗം ഉടഞ്ഞുപോയി.	Ī Vāccinṟe Śēṣicca Bhāgaṃ Uṭaññupōyi.

(3) Tailor - *തയ്യൽക്കാരൻ Tayyalkkāran*

11. Is there any good tailor's shop?	ഇവിടെ നല്ല തയ്യൽ ക്കട യു ഒ ാ?	Iviṭe Nalla Tayyalkaṭayuṇṭō?
12. I want to have a suit stitched.	എനിക്ക് ഒരു സ്യൂട്ട് തയ്ക്കണം.	Enikk Oru Sūṭṭ Taykkaṇaṃ.
13. Would you like loose fitting.	അയഞ്ഞ രീതിയിൽ തയ്ക്കുന്നത്	Ayañña Rītiyil Taykkunnat Iṣṭamāṇ.
14. No, I would like tight fitting.	ഇഷ്ടമാണോ? അല്ല, ഇറുക്കമുള്ളതാണെ നിക്കിഷ്ടം	Illa, Iṟukkattilu̱llatāṇ Enikk Iṣṭaṃ.
15. Is the shirt ready?	കുപ്പായം തയ്ച്ചു കഴിഞ്ഞോ?	Kuppāyaṃ Tayccō?
16. Yes, I have only to iron it.	ഉവ്വ്, ഇസ്തിരി യിട്ടാൽ മാത്രം മതി.	Uve, Istiriyiṭṭāl Mātraṃ Mati.

(4) Hair-dresser – *മുടിവെട്ടുകാരൻ Muṭiveṭṭukāran*

17. How long do I have to wait?	ഞാൻ എത്രനേര മായി കാത്തിരി ക്കണം?	Ñān Etranēramāyi Kāttirikkaṇaṃ?
18. What do you charge for a clean shave?	മുഖക്ഷൗരം ചെയ്യാൻ എന്താണ് കൂലി.?	Mukhakṣauraṃ Ceyyān Entāṇ Kūli ?
19. Please sharpen the razor.	കത്തിക്ക് മൂർച്ച കൂട്ടുക.	Kattikk Mūrcca Kūṭṭuka.
20. Your razor is blunt.	നിങ്ങളുടെ കത്തി മൂർച്ച് കുറഞ്ഞി രിക്കുന്നു.	Niṅṅaḷuṭe Katti Mūrccakuṟa ññirikkunnu.
21. Cut my hair, but not too short.	എന്റെ മുടി വെട്ടുക, നീളം അധികം കു റ യ് ക്ക .	Enṟe Muṭi Veṭṭuka, Nīḷaṃ Adhikaṃ Kuṟaykkaṇṭa.

(5) Grocer - *പലവ്യഞ്ജന വ്യാപാരി Palavyajñana Vyāpāri*

22. This is a fair price shop.	ഇതു ന്യായ വില കട	Itu Nyāya Vila Kaṭa
23. 'Fixed price'	'ഒരേ വില', 'കടം	'Orē Vila', 'Kaṭaṃ Illa'.

and 'No credit' these are our mottos.	ഇല്ല'. ഇതത്രെ ഞങ്ങളുടെ നിയമം.	Itatre Ñaṅṅaḷuṭe Niyamam.
24. We arrange home delivery. എത്തിക്കുന്നു.	ഞങ്ങൾ വീട്ടിൽ സാധനങ്ങൾ Ettikkunnu.	Ñaṅṅaḷ Vīṭṭil Sādhanaṅṅaḷ
25. Please give me one kg. pure Desi Ghee.	ദയവു ചെയ്തു ഒരു കിലോ ശുദ്ധ മായ ദേശി നെയ്യ് തരിക.	Dayavu Ceytu Oru Kilō Śuddhamāya Dēśi Neyy Tarika.
26. How much is it?	തുക എത്രയാണ്.?	Tuka Etrayāṇ?

(6) Dry Cleaner/Washerman – *അലക്കുകാരൻ Alakkukāran*

27. I must have these clothes within a week.	ഈ തുണികൾ എനിക്ക് ഒരാഴ്ചയ് ക്കുള്ളിൽ വേണം.	Ī Tuṇikaḷ Enikk Orāẕccaykkuḷḷil Vēṇam.
28. I want this suit dry cleaned.	ഈ സ്യൂട്ട് ഡ്രൈക്ലീൻ ചെയ്യണം.	Ī Syūṭṭ Ḍraiklīn Ceyyaṇam.
29. This shirt is not properly washed.	ഈ കുപ്പായം നന്നായി കഴുകി യിട്ടില്ല.	Ī Kuppāyam Nannāyi Kaẕukiyiṭṭilla.
30. These are silken clothes. Wash them carefully.	ഇതു പട്ടു വസ്ത്ര ങ്ങൾ ആകുന്നു. ശ്രദ്ധയോടെ കഴുകുക.	Itu Paṭṭu Vastraṅṅaḷ Ākunnu. Śraddhayōṭe Kaẕukuka.
31. The trousers are badly ironed.	ഈ കാലുറ നന്നായി ഇസ്തിരി ചെയ്തില്ല.	Ī Kāluṟa Nannāyi Istiri Ceytilla.
32. You must take them back.	നീ അവ തിരിച്ച് എടുക്കണം.	Nī Ava Tiricc Eṭukkaṇam.
33. Your charges are too much.	നിങ്ങളുടെ കൂലി വളരെയധികമാണ്.	Niṅṅaḷuṭe Kūli Vaḷareyadhikamāṇ.
34. Of course, we have a prompt service.	തീർച്ചയായും ഞങ്ങൾ കൃത്യമായി സേവ ചെയ്യുന്നു.	Tīrccayāyum Ñaṅṅaḷ Kṛtyamāyi Sēva Ceyyunnu.

34TH STEP
മുപ്പത്തിനാലാമത്തെ ചുവട്

FOODS & DRINKS
ഭക്ഷണവും, പാനീയങ്ങളും.
(Bhakṣaṇaṃ, Pāniyaṅṅaḷuṃ.)

1. I am feeling hungry.	എനിക്കു വിശക്കുന്നു.	Enikku Viśakkunnu.
2. Where can I get a good meal?	എവിടെയാണ് ഒരുനല്ല ഊണു ലഭിക്കുക?	Enikku Oru Nalla Ūṇu Labhikkuka?
3. Come, let us take our food.	വരൂ നമുക്ക് ആഹാരം കഴിക്കാം.	Varu, Namukk Āhāraṃ Kaẓikkāṃ.
4. What will you have?	നീ എന്ത് കഴിക്കും?	Nī Ent Kaẓikkuṃ.?
5. Please give me the menu.	ദയവായി ആഹാര പട്ടിക തരൂ.	Dayavāyi Enikku Paṭṭika Tarika.
6. Get the breakfast ready.	പ്രാതൽ തയ്യാ റാക്കി തരൂ.	Prātal Tayyāṟākki Taru.
7. Please have your food with us today.	ഇന്നത്തെ ഭക്ഷണം ദയവായി ഞങ്ങളോടൊപ്പം കഴിക്കൂ.	Innatte Bhakṣaṇaṃ Dayavāyi Ñaṅṅaḷōṭoppaṃ Kaẓikkuka.
8. Do you have a special diet?	നിനക്ക് ഒരു പ്രത്യേക ആഹാര ക്രമം ഉ ദോ.	Ninakk Oru Viśēṣa Āhāra Kramaṃ Uṇṭō?
9. Do you prefer sweet or salty dish?	നിങ്ങൾക്ക് വേ ത് മധുരനിറഞ്ഞ ആഹാരമാണോ ഉപ്പുകലർന്ന ആഹാരമാണോ?	Niṅṅaḷkk Vēṇṭat Madhuraṃ Niṟañña Āhāramāṇō Uppukalarnna Āhāramāṇō?
10. Please give	എനിക്കു ദയവായി	Enikku Dayavāyi

me Gujrati dishes.	ഗുജറാത്തി ഭക്ഷണം തരൂ.	Gujar̄atti Bhakṣaṇaṃ Tarika.
11. Please give me salt and pepper.	ദയവായി എനിക്ക് കുരുമുളകും ഉപ്പും തരിക.	Dayavāyi Enikk Kurumuḷakuṃ Uppuṃ Tarika.
12. The mango is my favourite fruit.	മാമ്പഴം എന്റെ ഇഷ്ട ഫലമാണ്.	Mānpazaṃ Enr̄e Iṣṭamuḷḷa Pazamāṇ.
13. What would you prefer Indian or Continental food?	നിനക്ക് എന്താ വേത് ഇന്ത്യനോ വിദേശിയോ ?	Ninakk Entā Iṣṭaṃ Intyanō Vidēśiyō?
14. Which drink would you like to have–Campa or Limca?	നിനക്ക് ഏത് പാനിയമാണ് ഇഷ്ടം. കാംപായോ ലിംകായോ.?	Ninakk Ent Pāniyaṃ Vēṇaṃ. Kyāpāyō Liṅkayō?
15. Please give me a cup of coffee.	ദയവായി എനിക്കു ഒരു കപ്പു കാപ്പി തരിക.	Dayavāyi Enikku Oru Kappu Kāppi Tarika.
16. Would you like to have whisky?	നീ വിസ്കി കുടിക്കു വാൻ ആഗ്രഹി ക്കുന്നുവോ?	Nī Viski Kuṭikkuvān Āgrahikkunnuvō.?
17. No sir, I will drink beer.	ഇല്ല സാർ, ഞാൻ ബിയർ കുടിക്കാം.	Illa Sār, Ñān Biyar Kuṭikkāṃ.
18. Give me a little more water.	ദയവായി എനിക്കു കുറച്ചു കൂടി വെള്ളം തരിക.	Dayavāyi Enikku Kur̄accukūṭi Veḷḷaṃ Tarika.
19. I am vegetarian, I cannot take non-vegetarian dish.	ഞാൻ സസ്യാ ഭുക്കാണ്, മാംസാഹാരങ്ങൾ കഴിക്കില്ല.	Ñān Māṃsa Āhāraṅṅaḷ Kazikkilla.
20. Food has been served.	ആഹാരം വിളമ്പി കഴിഞ്ഞു.	Āhāraṃ Viḷanpi Kaziññu.
21. The food is quite tasty.	ആഹാരത്തിന് നല്ല രുചി.	Āhārattin Nalla Ruci.
22. You have eaten very little.	നീ വളരെ കുറച്ചു മാത്രമെ കഴിച്ചുള്ളു.	Nī Vaḷare Kur̄accu Mātrame Kaziccuḷḷu.
23. Please give me some appetizer.	എനിക്ക് ദയവായി വിശപ്പുാകുന്ന എന്തെങ്കിലും തരിക.	Enikk Dayavāyi Viśappuṇṭākunna Enteṅkiluṃ Tarika.
24. I have to go to a party.	എനിക്ക് ഒരുപാർട്ടിക്ക് പോകണം.	Enikk Orupārṭṭikk Pōkaṇaṃ.

25. Please bring some milk for me.	ദയവായി എനിക്ക് കുറച്ചു പാൽ തരിക.	Dayavāyi Enikk Kuṟaccu Pāl Tarika.
26. Please put only a little sugar in the milk.	ദയവായി പാലിൽ കുറച്ചു പഞ്ചസാര യിടുക.	Dayavāyi Pālil Kuṟaccu Pañcasārayiṭuka.
27. Please have this soft drink.	ദയവായി ഈ പാനിയം കുടിക്കുക.	Dayavāyi Ī Pāniyaṃ Kuṭikkuka.
28. Have a little more.	കുറച്ചു കൂടി കഴിക്കുക.	Kuṟaccu Kūṭi Kaḻikkuka.
29. Bring a cup of tea.	ഒരു കപ്പ് ചായ കൊണ്ടുവരിക.	Oru Kapp Cāya Koṇṭuvarika.
30. I don't like tea.	എനിക്ക് ചായ ഇഷ്ടമല്ല	Enikk Cāya Iṣṭamalla.
31. Thanks, I am fully gratified.	നന്ദി, എനിക്ക് വളരെ തൃപ്തിയായി.	Nandi, Enikk Vaḷare Tṛptiyāyi.
32. Please give me the bill.	ദയവായി ബിൽ തരിക.	Dayavāyi Bil Tarika.
33. Is the service charge included?	സേവന തുക ചേർത്തിട്ടുണ്ടോ?	Sēvana Tuka Cērttiṭṭuṇṭō ?
34. No sir, that is extra.	ഇല്ല സാർ, അത് വേറെ തരണം.	Illa Sār, At Vēṟe Taraṇaṃ.
35. Please help me to wash my hands.	ദയവായി എന്റെ കൈകൾ കഴുകുവാൻ സഹായിക്കുക.	Dayavāyi Enṟe Kaikaḷ Kaḻukuvān Sahāyikkuka.

35TH STEP
മുപ്പത്തി അഞ്ചാമത്തെ ചുവട്

HOTEL& RESTAURANT
ഹോട്ടലും ഭക്ഷണശാലയും
(Hōṭṭalum hakṣaṇaśālayum)

1. Which is the best hotel in this city?	ഈ പട്ടണത്തിൽ ഏറ്റവും നല്ല ഹോട്ടൽ ഏതാണ് ?	Ī Paṭṭaṇattil Ēṟṟavum Nalla Hōṭṭal Ētāṇ?
2. I need a single bedroom with attached bath.	എനിക്ക് കുളിമുറി അടക്കമുള്ള മുറി വേണം.	Enikk Kuḷimuṟi Aṭakkamuḷḷa Muṟivēṇam.
3. Will this room suit you?	ഈ മുറി നിനക്ക് യോജിക്കുമോ?	Ī Muṟi Ninakk Yōjikkumō?
4. How much does this room cost per day?	ഈ മുറിക്ക് എന്താ ദിവസ വാടക ?	Ī Muṟikk Entā Divasa Vāṭaka ?
5. I shall stay for two weeks.	ഞാൻ ഒരാഴ്ച താമസിക്കും.	Ñān Orāẓca Tāmasiccēkkum.
6. The charges for the room is thirty rupees per day.	മുറിയുടെ ഒരു ദിവസവാടക മുപ്പതു രൂപായാണ്.	Muṟiyuṭe Oru Divasavāṭaka Muppatu Rūpa
7. Can I have a hot water bath?	എനിക്ക് ചൂടു വെള്ളത്തിൽ കുളിക്കാമോ ?	Enikk Cūṭuveḷḷattil Kuḷikkāmō ?
8. Send the room boy to me.	റൂം ബോയിയെ എന്റെയടുക്കൽ അയ്ക്കുക.	Rūmbōyiye Enṟe Aṭukkal Ayakkuka.
9. Is there any letter for me?	എനിക്കു കത്ത് ഉ ഠ ാ ?	Enikku Katt Uṇṭō
10. I want another blanket.	എനിക്ക് വേറെ ഒരു പുതപ്പ് വേണം.	Enikk Vēṟe Oru Putapp Vēṇam.
11.Change the	ഈ വിരിപ്പുകൾ	Ī Virippukaḷ

sheets.	മാറ്റുക.	Mār̲r̲uka.
12. I want one more pillow.	എനിക്ക് ഒരു തലയണ കുടി വേണം.	Enikk Oru Talayaṇa Kūṭl VēṇAṃ.
13. Is there any phone for me?	എനിക്ക് ഫോൺ സന്ദേശം വല്ലതു മു േ ാ?	Enikk Phōṇ Sandēśaṃ Vallatu Uṇṭō?
14. Please have the room swept.	ദയവായി മുറി വൃത്തിയാക്കുക.	Dayavāyi Mur̲i Vṛttiyākkuka.
15. Please bring some postage stamps from the post office.	ദയവായി തപാൽ ആപ്പീസിൽ നിന്ന് കുറച്ചു സ്റ്റാമ്പ് കൊ ു വ രി ക.	Dayavāyi Tapāl Nilayattil Ninn Kur̲accu Sr̲r̲ānp Koṇṭuvarika.
16. Bring some fruits for me.	എനിക്ക് കുറച്ചു പഴങ്ങൾ തരിക.	Enikk Kur̲accu Paz̲aṅṅaḷ Tarika.
17. Please give me lunch at 1P.M. and dinner at 9 P.M.	എനിക്ക് ഉച്ചയൂണ് ഒരു മണിക്കും, അത്താഴം ഒമ്പത് മണിക്കും തരിക.	Enikk Ūṇ Oru Maṇikk Attāz̲aṃ Onpata Tarika.
18. What are the charges for lunch and dinner?	ഉച്ചയൂണിനും അത്താഴത്തിനും വില എന്താണ് ?	Uccaykkuṃ Rātrikkuṃ Uḷḷa Ūṇinu Vila Entāṇ ?
19. We charge seven rupees for each meal.	ഓരോ ഊണിനും ഞങ്ങൾ ഏഴു രൂപ ഈടാക്കുന്നു.	Oru Ūṇninu Nēratte Āhārattin Ñaṅṅaḷ Ēz̲uRūpa Vāṅṅunnu.
20. Have you a swimming pool?	നിനക്ക് ഇവിടെ നീന്തൽ കുളം ഉ േ ാ ?	Iviṭe Nīntal Kuḷaṃ Uṇṭō ?
21. Is there an extra charge for swimming?	നീന്തുന്നതിന് വേറെ കൂലി കൊടുക്കണമോ ?	Nīntunnatin Vēr̲e Kūli Koṭukkaṇamō?
22. Is the hotel open for twenty four hours?	ഹോട്ടൽ ഇരുപത്തി നാലു മണിക്കൂർറും തുറന്നിരിക്കുമോ ?	Hōṭṭal Irupatti nālu Maṇikkūr Tur̲annirikkumō
23. I shall leave early tomorrow.	ഞാൻ നാളെ നേരത്തെ പോയേക്കും.	Ñān Nāḷe Nēratte Pōyēkāṃ.
24. Bring the bill.	ബില്ല് തരൂ	Bill Tarū
25. There is a mis-take in the bill.	ബില്ലിൽ ഒരു തെറ്റ് ഉ്.	Bill Oru Ter̲r̲ Uṇṭ.
26. I never ordered	ഞാൻ വീഞ്ഞ്	ÑānVīññ Cōdiccilla.

the wine.	ചോദിച്ചില്ല.	
27. You have included wine in the bill wrongly.	നിങ്ങൾ ബില്ലിൽ തെറ്റായി വീഞ്ഞിന്റെ വില ചേർത്തിരിക്കുന്നു.	Niṅṅaḷ Bilil Teṟṟāyi Vīññinṟe Vila Cērttirikkunnu.
28. Call the porter.	ചുമട്ടുകാരനെ വിളിക്കുക.	Cumaṭṭukārane Viḷikkuka.
29. Do you accept cheques?	നിങ്ങൾ ചെക്ക് വാങ്ങുമോ ?	Niṅṅaḷ Cekk Vāṅṅumō
30. No, we accept only cash.	ഇല്ല, ഞങ്ങൾ പണം മാത്രമെ സ്വീകരിക്കുകയുള്ളൂ.	Illa, Ñaṅṅaḷ Paṇaṃ Mātrame Svīkarikkukayuḷḷu.
31. Please get me a taxi.	എനിക്ക് ദയവായി ഒരു വാടകകാർ ഏർപ്പാടാക്കി തരിക.	Enikk Dayavāyi Oru Vāṭakakār Ērppāṭākkitarika.
32. Please ring to the airport to know the time of the Delhi flight.	ഡൽഹി വിമാന സമയം അറിയുന്നതിന് ദയവായി വിമാന ത്താവളത്തിൽ ഫോൺ ചെയ്യുക	Ḍalhi Vimāna Samayaṃ Aṟiyunnatin Dayavāyi Vimānattāvaḷattil Phōṇ Ceyyuka.
33. I shall come again next month.	ഞാൻ അടുത്ത മാസം വീണ്ടും വരാം.	Ñān Aṭutta Māsaṃ Vīṇṭuṃ Varāṃ.
34. Thanks for the excellent services provided by you.	നിങ്ങളുടെ മികച്ച് സേവന ത്തിന് നന്ദി	Niṅṅaḷuṭe Mikacca Sēvanattin Nandi.
35. You are welcome, sir.	താങ്കൾക്ക് സ്വാഗതം	Tāṅkaḷkk Svāgataṃ.

36TH STEP
മുപ്പത്തി ആറാമത്തെ ചുവട്

POST OFFICE/ TELEPHONE/BANK

തപാൽ ആപ്പീസ്/ടെലിഫോൺ/പണമിടപാട് സ്ഥാപനം (Tapāl Āppīs/Ṭeliphōṇ/Paṇamiṭapāṭ Sthāpanaṃ)

Post Office തപാൽ ആപ്പീസ്. (Tapāl Āppīs.)

1. Where can I find a post office?	തപാൽ ആപ്പീസ് എവിടെയാണ്.	Tapāl Āppīs Eviṭeyāṇ.
2. Please weigh this parcel.	ദയവായി ഈ പാർസലിന്റെ ഭാരം നോക്കുക.	Dayavāyee Pārsalinr̲e Bhāraṃ Nōkkuka.
3. I want to send some money by money order.	എനിക്ക് കുറച്ചു പണം മണിയോ ർഡറായി അയക്കണം.	Enikk Kur̲accu Paṇaṃ Maṇiy Ōrḍarayi Ayakkaṇaṃ.
4. I want to deposit Rs. two hundred only.	എനിക്ക് ഇരുനൂറു രൂപ നിക്ഷേ പിച്ചാൽ മതി.	Enikk Irunūr̲u Rūpa Nikṣēpiccālā mati.
5. I want to draw out Rs. three hundred only.	എനിക്ക് മുന്നൂറു രൂപ പിൻവലിച്ചാൽ മതി.	Enikk Munnūr̲u Rūpa Pinvaliccāl Mati.ṅ.
6. Please give me an Inland Letter.	എനിക്ക് ഒരു ഇൻലന്റ് തരിക.	Enikk Oru Inlanr̲ Tarika.
7. How much does an envelope cost?	ഒരു കവറിന് എന്താ വില?	Oru Kavar̲i Entā Vila?
8. I want to send it by registered post.	എനിക്ക് ഇത് റെജിസ്റ്റർഡ് തപാൽ ആയിട്ടു അയ്ക്കണം.	Enikk It R̲ejisr̲r̲arḍ Tapāl Āyiṭṭu Aykkaṇaṃ.
9. How much should I give for a post card?	ഒരു പോസ്റ്റ് കാർഡിന് എന്താ വില?	Oru Pōsr̲r̲ Kārḍin Entā Vila?
10. Please give me	ഒരു രൂപയുടെ	Oru Rūpayuṭe

a one rupee postal stamp.	സ്റ്റാമ്പ് തരിക.	Sr̲r̲ānp Tarika.t
11. I want to send a telegram.	എനിക്ക് ഒരു കമ്പി സന്ദേശം അയ്ക്കണം.	Enikk Oru Kanpi Sandēśaṃ Aykkaṇaṃ^{n}.
12. I want to send some money telegraphically.	കുറച്ചു പണം കമ്പിത്തപ്പാൽ മുഖേന എനിക്കയയ്ക്കണം	Kur̲accu Paṇaṃ Kanpittappāl Mukhēna Enikkayakkaṇaṃ.
13. Please give me an aerogram for France.	ഫ്രാൻസിലേക്ക് അയ്ക്കുവാൻ ഒരു ഏറോഗ്രാം തരിക.	Phrānsilēkk Aykkuvān Oru Ērōgrām Tarika-
14. Please give me the telephone directory	ടെലിഫോൺ പട്ടിക തരിക.	Ṭeliphōṇ Paṭṭika Tarika.
Telephone	ടെലിഫോൺ	Ṭeliphōṇ
15. Where can I give a call?	ഞാൻ എവിടേക്കാണ് വിളിക്കേത് ?	Ñān Eviṭēkk Viḷikkaṇaṃ
16. This telephone is out of order.	ഈ ടെലിഫോൺ തകരാറിലാണ്.	Ē Ṭeliphōṇ Takarār̲ilān
17. I want to book a trunk call for Bhubaneswar. ബുക്ക് ചെയ്യണം.	എനിക്ക് ഒരു ഭുവനേശ്വരിലേക്ക ഒരു ട്രങ്ക് കാൾ Bukk Ceyyaṇaṃ.	Enikk Bhuvanēśvarilēkk Oru Ṭraṅkkāḷ
18. Hello, this is Abha here.	ഹലോ, ഇതു അഭാ ആണ് ഇവിടെ	Halō, Itu Abha Āṇ Iviṭe
19. May I talk to Minakshi?	എനിക്ക് മീനാക്ഷിയോടു സംസാരിക്കാമോ?.	Enikk Mīnākṣiyōṭu Saṃsārikkāmō?
20. Hello, Minakshi speaking	ഹലോ, മീനാക്ഷിയാണ് സംസാരിക്കുന്നത്.	Halō Mīnākṣiyāṇe Saṃsārikkunnat
21. Please ring me at 8o'clock.	ദയവായി എന്നെ എട്ടുമണിക്ക് വിളിക്കുക.	Dayavāyi Eṭṭumaṇikk Viḷikkuka.
Bank	ബാങ്ക്	Bāṅk
22. Where is the Indian Overseas Bank?	ഇന്ത്യൻ ഓവർസിസ്സ് ബാങ്ക് എവിടെയാണ് ?	Intyan Ōvarsis Bāṅk Eviṭeyāṇ

23. Can I meet the manager?	എനിക്ക് മാനേജരെ കാണാമോ?	Enikk Mānējare Kāṇāmō?
24. I want to open a savings bank account.	എനിക്ക് ഒരു സേവിംഗ് ബാങ്ക് അ ക്ക ൗ ് തുടങ്ങണം.	Enikk Oru Sēviṅg Bāṅk Akkauṇṭ Tuṭaṅṅaṇaṃ.
25. Please open a current account in the name of my firm.	എന്റെ സ്ഥാപനത്തിന്റെ പേരിൽ ഒരുകറന്റ് അക്കൗ് തു ട ങ്ങു ക.	Enr̲e Sthāpanattinr̲e Pēril Oru Kar̲anr̲ Akkauṇṭ Tuṭaṅṅuka.
26. I want to deposit money.	എനിക്ക് പണം നിക്ഷേപിക്കണം.	Enikk Paṇaṃ Nikṣēpikkaṇaṃ..
27. I want to draw out money.	എനിക്ക് പണം എടുക്കണം.	Enikk Paṇaṃ Eṭukkaṇaṃ..
28. Please give me an open cheque.	എനിക്ക് ഒരു ചെക്ക് തരിക.	Enikk Oru Cekk Tarika
29. Please issue me a cheque book containing ten cheques.	ദയവായി പത്തു ചെക്കുകൾ ഉള്ള ഒരു പുസ്തകം തരിക.	Dayavāyi Pattu Cekkukaḷ Uḷḷa Oru Pustakaṃ Tarika.
30. Please tell me the balance of my account.	എന്റെ കണകിൽ ഉള്ളബാക്കി തുക എത്രയാണെന്ന് പറയൂ.	Enr̲e Kaṇakkil Uḷḷa Bākki Tuka Etrayāṇenn Par̲ayuu.
31. Please complete my pass book.	എന്റെ കണക്കു പുസ്തകം പൂർത്തിയാകു.	Enr̲e Kaṇakku Pustakaṃ Pūrttiyākku.ṅ
32. I want a loan for buying a colour television.	എനിക്കു ഒരു കളർ ടെലിവിഷൻ വാങ്ങുവാൻ വായ്പ വേണം.	Enikku Oru Kaḷar Ṭeliviṣan Vāṅṅuvān Vāypa Vēṇaṃ.
33. I want to meet the agent.	എനിക്ക് ഏജന്റിനെ കാണണം.	Enikk Ējanr̲ine Kāṇaṇaṃ.
34. Have any of my cheques been dishonoured?	എന്റെ ഏതെങ്കിലും ചെക്ക് പണമില്ലാതെ മുടങ്ങിപ്പോയോ.	Enr̲e Ēteṅkiluṃ Cekk Paṇamillāte Muṭaṅṅippōyō?
35. This bank's service is very good.	ഈ ബാങ്കിന്റെ സേവനം മികച്ചതാണ്.	Ī Bāṅkinr̲e Sēvanaṃi Mikaccatāṇ.

37TH STEP
മുപ്പത്തി ഏഴാമത്തെ ചുവട്

WHILE TRAVELLING
യാത്ര ചെയ്യുമ്പോൾ (Yātra Ceyyunpōḷ)

1.	I am going out for a ride.	ഞാൻ കുതിര സവാരി ചെയ്യാ നായി പുറത്തേക്ക് പോകുന്നു.	Ñān Kutira Savārikkāy Pur̲attēkk Pōkannu.
2.	Where is the stable?	കുതിരാലയം എവിടെയാണ്.	Kutirālayaṃ Eviṭeyāṇ.
3.	I want to dismount for a while.	എനിക്ക് കുറച്ചു നേരത്തേക്ക് ഇറങ്ങി നിൽക്കണം.	Enikk Kur̲accu Nērattēkk Ir̲aṅṅi Nilkkaṇam.
4.	Don't whip him.	അവനെ ചാട്ടയാൽ അ ടി ക്കേ	Avane Cāṭṭayāl Aṭikkanṭa.
5.	Give him some grass.	അവന് കുറച്ചു പുല്ല് നൽക്കുക.	Avan Kur̲accu Pull Nalkuka.
6.	Take off the spurs.	തുകൽ എടുത്തു മാറ്റുക.	Kutira Muḷḷ Eṭuttu Mār̲r̲uka.
7.	I wish to go by car.	ഞാൻ കാറിൽ പോകുവാൻ ആഗ്രഹിക്കുന്നു.	Ñān Kār̲il Pōkuvān Āgrahikkunnu.
8.	Its wheel is not good.	അതിന്റെ ചക്രം അത്ര നന്നല്ല.	Avanr̲e Cakraṃ Atra Nallatalla.
9.	Where does this road lead to?	ഈ വഴി എവിടേക്കാണ്?	Ī R̲ōḍ Eviṭēkkāṇ?
10.	Leave the car here.	കാറ് ഇവിടെ നിർത്തുക.	Kār̲ Iviṭe Nirttuka.
11.	Parking is prohibited.	വാഹനം നിറുത്തു ന്നത് നിരോധിച്ചി രിക്കുന്നു.	Nir̲uttunnat Nirōdhiccirikkunnu.
12.	Does this tramway pass near the railway	ഈ ട്രാം പാത റയിൽവെ സ്റ്റേഷ നടുത്ത്	Ī Ṭrāṃ Pāta R̲ayilve Nilayattinaṭuttu Pōkunnu.?

station?	പോകുന്നോ?	
13. When will this bus start?	ഈ ബസ്സ് എപ്പോൾ പുറപ്പെടും?	Ī Bass Puṟappeṭuṃ?
14. Let me know when we shall reach Kashmir.	നാം എപ്പോൾ കാഷ്മീരിൽ എത്തുമെന്നത് അറിയിക്കാമോ ?	Nāṃ Eppōḷ Kāṣmīril Ettumenn Enne Aṟiyikkāmō?
15. I wish to roam by shikara.	ഞാൻ ഷികാരയിൽ ചുറ്റിക്കറങ്ങാൻ ആഗ്രഹിക്കുന്നു.	Ṣikārayuṭe Arikil Ñān Cuṟṟuvān Āgrahikkunnu.
16. Where is the booking office?	എവിടെയാണ് ബുക്കിംഗ് ഓഫീസ്സ് ?	Eviṭeyāṇ Bukkiṅg Ōphīs?
17. Is there anything worth seeing?	കാണുവാൻ തക്കതായി അവിടെ എന്തെങ്കിലുമുണ്ടോ?	Kāṇuvān Takkatāyi Ēteṅkiluṃ Uṇṭō?
18. Kindly move a little.	ദയവായി അൽപ്പം നീങ്ങുക.	Dayavāyi Alppaṃ Māṟuka.
19. I am going to Bombay today.	ഞാൻ ഇന്ന് ബോംബയ്ക്ക് പോകുന്നു.	Ñān Inn Bāmbaykk Pōkunnu.
20. When does the next train start?	അടുത്ത തീവണ്ടി എപ്പോഴാണ് പുറപ്പെടുക.	Aṭutta Tīvaṇṭi Eppōẕāṇ Puṟappeṭuka?
21. Where is the luggage booking office?	ചരക്ക് ബുക്ക് ചെയ്യുന്നത് എവിടെയാണ് ?	Carakk Bukk Ceyyunna Eviṭeyāṇ.?
22. How much is to be paid for luggage?	ചരക്ക് ഏറ്റുന്നതിന് എന്ത് കൂലി നൽകണം?	Carakkin Nī Etra Koṭukkuṃ.?
23. Get my seat reserved.	എന്റെ ഇരിപ്പിടം റിസർവ്വ് ചെയ്യുക.	Enṟe Irippiṭaṃ Ṟisarvv Ceyyuka.
24. Where is the platform No. 6?	ആറാം നമ്പർ പ്ലാറ്റ്ഫോം എവിടെയാണ്?	·Āṟānnanpar Plāṟṟphōṃ Eviṭeyāṇ.?
25. Over the bridge.	പാലത്തിന് മുകളിൽ	Pālattin Mukaḷil.
26. Please go by the underground passage.	ഭൂമിക്ക് അടിയിലുള്ള പാതയിൽ കൂടി പോകുക.	Bhūmikk Aṭiyiluḷḷa Pātayil Kūṭi Pōkuka.
27. There is a dining car in the train.	തീവണ്ടിയിൽ ഒരു ഭോജന വാഹനം ഉണ്ട്	Tīvaṇṭiyil Oru Bhōjana Vāhanaṃ Uṇṭ.

28. There is no seat available.	ഇരിക്കുവാൻ ഇരിപ്പിടം ഇല്ല.	Irikkuvān Irippiṭam Illa.
29. The bus is very crowded.	ബസ്സിൽ നല്ല ആൾകുട്ടം ഉ്.	Bassil Nalla Tirakkuṇṭ.
30. Do not get down from the moving bus.	ഓടുന്ന ബസ്സിൽ നിന്ന് ഇറങ്ങരുത്.	Ōṭunna Bassil Ninn Iṟaṅṅarut.
31. Our bus is in motion.	ഞങ്ങളുടെ ബസ്സ് യാത്രയിലാണ്.	Ñaṅṅaḷuṭe Bass Yātrayilāṇ.
32. How much fare do you charge for a child?	ഒരു കുട്ടിക്ക് എത്രയാണ് യാത്രാകൂലി?	Oru Kuṭṭikk Etrayāṇ Yātrākūli?
33. Take me to the aerodrome.	എന്നെ വിമാനത്താവളത്തിൽ കൊു പോകുക.	Enne Vimānattāvaḷattil Koṇṭupōkuka.
34. Please issue me a return ticket for Singapore.	ദയവായി സിംഗപ്പൂരിലേക്ക് പോകാനും തിരികെ വരാനുമുള്ള ടിക്കറ്റ് നല്കുക.	Dayavāyi Siṅgappūrilēkk Tirikevarānuḷḷa Ṭikkaṟṟ Nalkuka.
35. Our plane reached Singapore in time.	ഞങ്ങളുടെ വിമാനം കൃത്യ സമയത്ത് സിംഗപ്പൂരിൽ എത്തിച്ചേർന്നു.	Ñaṅṅaḷuṭe Vimānam Kṛtyasamayatt Siṅgappūril Etticērnnu.

38TH STEP
മുപ്പത്തി എട്ടാമത്തെ ചുവട്

HEALTH & HYGIENE
ആരോഗ്യവും വൃത്തിയും (Ārōgyavuṃ Vṛttiyuṃ)

1. Health is wealth.	ആരോഗ്യമാണ് സമ്പത്ത്	Ārōgyamāṇ Sanpatt.
2. Prevention is better than cure.	സുഖപ്പെടുത്തുന്നതിലും ഭേദം രോഗം വരാതെ നോക്കുന്നതാണ്.	Sukhappeṭuttunnatilum Bhēdaṃ Rōgaṃ Varāte Nōkkunnatāṇ.
3. She is very tired.	അവൾ വളരെ ക്ഷീണിതയാണ്.	Avaḷ Vaḷare Kṣīṇitayāṇ.
4. My health has broken down.	എന്റെ ആരോഗ്യം തകർന്നുപ്പോയി.	Enṟe Ārōgyaṃ Takarnnuppōyi.
5. He has recovered.	അവൻ തന്റെ ആരോഗ്യം വീണ്ടെടുത്തു.	Avan Tanṟe Ārōgyaṃ Vīṇṭeṭuttu.
6. I am feeling sleepy.	എനിക്ക് ഉറക്കം വരുന്നു.	Enikk Uṟakkaṃ Varunnu.
7. We should not sleep during the day.	നാം പകൽ സമയം ഉറങ്ങരുത്.	Nāṃ Pakal Samayaṃ Uṟaṅṅarut.
8. Will you come for a walk?	നീ നടക്കാൻ വരുന്നോ?	Nī Naṭakkān Varunnō.?
9. He is better than he was yesterday.	അവന് ഇന്നലെത്തേക്കാളും ഭേദമുണ്ട്.	Avan Innalettakkāḷuṃ Bhēdamuṇṭ.
10. I am not well today.	എനിക്ക് ഇന്ന് സുഖമില്ല.	Enikk Inn Sukhamilla.
11. Will you not take the medicine?	നീ മരുന്നു കഴിക്കില്ലേ?	Nī Marunnu Kaḻikkillē.
12. How is your father?	നിന്റെ പിതാവ് എങ്ങനെയിരിക്കുന്നു.	Ninṟe Pitāv Eṅṅaneyirikkunnu.

Doctor & Patient – *വൈദ്യനും രോഗിയും Vaidyanuṃ Rōgiyuṃ*

13. Let me feel your pulse.	ഞാൻ നിന്റെ നാഡി മിടിപ്പ് നോക്കട്ടെ.	Ñān Ninṟe Nāḍi Miṭipp Nōkkaṭṭe.
14. I am feeling out of sorts today.	എനിക്ക് ഇന്ന് നല്ല സുഖം തോന്നുന്നില്ല.	Enikk Inn Nalla Sukhaṃ Tōnnunnilla.
15. The patient is sinking.	രോഗി മരിച്ചു കൊിരിക്കുന്നു.	Rōgi Mariccuk oṇṭirikkunnu.
16. I suffer from indigestion.	ഞാൻ ദഹന കുറവാൽ കഷ്ടപ്പെടുന്നു.	Ñān Dahana Kuṟavāl Kaṣṭappeṭunnu.
17. She feels nausea.	അവൾക്ക് ഓക്കാ നിക്കാൻ വരുന്നു.	Avaḷkk Ōkkānikkān Tōnnunnō.
18. Do you feel dizzy?	നിനക്ക് ഉന്മേഷ ക്കുറവ് തോന്നുന്നോ	Ninakk Unmēṣa Kkuṟav Tōnnunnō?
19. She is out of danger now.	അവൾ ഇപ്പോൾ അപകടം വിട്ടൊഴിഞ്ഞു.	Avaḷ Ippōḷ Apakaṭaṃ Viṭṭoẕiññu.
20. The child is cutting the teeth.	കുട്ടി പല്ല് കടിക്കുന്നു.	Kuṭṭi Pall Kaṭikkunnu.
21. How many doses have you taken?	നീ എത്ര ഡോസ് കഴിച്ചു.	Nī Etra Ḍōs Eṭuttu.
22. I suffer from severe constipation.	ഞാൻ കഠിനമായ മല ബന്ധം കൊ് കഷ്ടപ്പെടുന്നു.	Ñān Kaṭhinamāya Malabandhaṅkoṇṭ Kaṣṭappeṭunnu.?
23. You had a chronic fever.	നിനക്ക് വല്ലാത്ത പനിയുായിരുന്നു.	Ninakk Vallātta Paniyuṇḍayerunu.
24. I have a sore throat.	എനിക്ക് തൊ യിൽ കരകരപ്പു്.	Enikk Toṇṭayil Karakarappuṇṭ.
25. Had she a headache?	അവൾക്ക് തല വേദനയു ായിരുന്നോ?	Avaḷkk Talavēdanayuṇṭō.
26. She has pain in her stomach.	അവൾക്ക് വയറു വേദനയാണ്.	Avaḷkk Vayaṟuvēdanayāṇ?
27. Is he suffering from cold?	അവൻ ജലദോഷം മൂലം കഷ്ട പ്പെടുന്നുവോ?	Avan Jaladōṣaṃ Mūlaṃ Kaṣṭappe ṭunnuvō.?
28. Show me your tongue.	നിന്റെ നാക്ക് കാണിക്കു.	Ninṟe Nākk Kāṇikku.
29. She has lost her appetite.	അവൾക്ക് ആഹാര ത്തോടുള്ള ആർത്തി നഷ്ടപ്പെട്ടു.	Avaḷkk Āhārattōṭuḷḷa Ārtti Naṣṭappeṭṭu.

30. I have got a boil.	എനിക്ക് ഒരു കുരു ഉ്.	Enikk Oru Kuruunṭ.
31. Her gums are bleeding.	അവളുടെ മോണ യിൽ രക്തം സ്രാവ മു്.	Avaḷuṭe Mōṇayil Rakta Srāvamunṭ.
32. Send for a doctor.	ഒരു ഡോക്ടർക്ക് ആളയ്ക്കുക.	Oru Ḍōkṭarkk Ālayakkuka.
33. She has pain in the liver.	അവൾക്ക് കരളിൽ വേദനയ്.	AvaḷkkKaraḷil Vēdanayunṭ.
34. You shall have some motions.	നിങ്ങൾക്ക് വയറ്റ്പോക്ക് ഉാകാം.	Niṅṅaḷkk Vayaṟṟpōkk Unṭākām.
35. The physician will call the next morning.	രോഗചികിത്സകൻ നാളെ രാവിലെ വിളിക്കും.	Rōgacikitsakan Nāḷe Rāvile Viḷikkum.

39TH STEP

മുപ്പത്തി ഒമ്പതാമത്തെ ചുവട്

WEATHER

കാലാവസ്ഥ (Kālāvastha)

1.	It is spring.	ഇതു വസന്ത കാലമാകുന്നു.	Itu Vasanta. Kālamākunnu.
2.	It is summer.	ഇതു വേനൽ കാലമാകുന്നു	Itu Vēnal Kālamākunnu.
3.	It is autumn.	ഇതു ശരത്കാല മാകുന്നു.	Itu Śaratkālamākunnu.
4.	It is winter.	ഇതു ശൈത്യകാലം മാകുന്നു.	Itu Śaityakālaṃ ṃākunnu.
5.	It very hot today.	ഇന്ന് ചൂട് വളരെ കൂടുതലാണ്.	Inn Cūṭ Vaḷare Kūṭutalāṇ.
6.	It is a very cold day.	ഇന്ന് വളരെ തണുപ്പാണ്	Inn Vaḷare Taṇuppāṇ.
7.	This is fine weather.	ഇതു നല്ല കാലാ വസ്ഥയാകുന്നു.	Itu Nalla Kālāvastha. yakunnu.
8.	What a wretched day!	എന്തൊരു നശിച്ച ദിവസം!	Entoru Naśicca Divasaṃ.
9.	It is raining.	മഴ പെയ്യുന്നു	Maẕa Peyyunnu.
10.	It is drizzling.	മഴ ചാറുന്നു	Maẕa Cāṟunnu
11.	Has the moon risen?	ചന്ദ്രൻ ഉദിച്ചോ	Candran Udiccō.
12.	It has stopped raining.	മഴ പെയ്യുന്നത് നിന്നു	Maẕa Peyyunnat Ninnu.
13.	She will catch a cold.	അവൾക്ക് ജലദോഷം പിടിക്കും.	Avaḷkk Jaladōṣaṃ Piṭikkuṃ.
14.	Is it still raining?	ഇപ്പോൾ മഴ പെയ്യുന്നോ?	Ippōẕuṃ Maẕa Peyyunnō?
15.	In the rainy season, we wear	മഴകാലത്തിൽ ഞങ്ങൾ മഴകോട്ട്	Maẕakkālattil Ñaṅṅaḷ Maẕakōṭṭ

a raincoat:	അണിയുന്നു.	Aṇiyunnu.
16. I am shivering.	എനിക്ക്	Enikk Viṟaykkunnu.
	വിറയ്ക്കുന്നു.	
17. I am perspiring.	എനിക്ക്	Enikk Viyarkkunnu.
	വിയർക്കുന്നു.	
18. I am drenched.	ഞാൻ നനഞ്ഞി	Ñān
രിക്കുന്നു	Nanaññirikkunnu.	
19. Cool air is	തണുത്ത കാറ്റ്	Taṇutta Kāṟṟ
blowing.	അടിക്കുന്നു.	Aṭikkunnu.
20. What a strong	എന്തൊരു	Entoru Śaktamāya
wind!	ശക്തമായ കാറ്റ് !	Kāṟṟ !
21. The weather is	കാലാവസ്ഥ	Kālāvastha
changing.	മാറുന്നു.	Māṟunnu.
22. The sky is	വാനം മേഘത്താൽ	Vānam Mēghattāl
cloudy.	മൂടിയിരിക്കുന്നു.	Mūṭiyirikkunnu.
23. The sky is clear.	മിന്നലടിക്കുന്നു.	Minnalaṭikkunnu.
24. There is.	ഇടി വെട്ടുന്നു.	Iṭi Veṭṭunnu.
lightning.		
25. It thunders.	സൂര്യൻ മറഞ്ഞി	Sūryan
	രിക്കുന്നു.	Maṟaññirikkunnu.
26. The sun is	ഇതു ഒരു വസന്ത	Itu Oru Vasantak
invisible.	കാല ദിവസം	āladivasaṃ
	പോലെയാകുന്നു.	Pōleyākunnu.
27. It is like a	ചൂട് താങ്ങുവാൻ	Cūṭ Tāṅṅuvān
spring day.	പറ്റുന്നില്ല.	Paṟṟunnilla.
28. The heat is	രാഴ്ച നല്ല	Ranṭāẕca Nalla
unbearable.	വെയിലായിരുന്നു.	Veyilāyirunnu.
29. It is later part	ഇതു രാത്രിയുടെ	Itu Rātriyuṭe
of the night.	അർദ്ധയാമമാണ്.	Arddhayāmamāṇ.
30. How beautiful	എത്ര നല്ല	Etra Nalla Maẕavill
the rainbow is!	മഴവില്ല്	
31. It is raining	മഴ വളരെ	Maẕa Vaḷare Kanattu
heavily.	കനത്തു പെയ്യുന്നു.	Peyyunnu.
32. It is hailing	തകർത്തു	Takarttupeyyunnu.
badly.	പെയ്യുന്നു.	
33. Would you like	നീയൊരു കുട	Nīyoru Kuṭa
an umbrella?	എടുക്കുന്നോ?	Eṭukkunnō?
34. How fine the	എത്ര കാല	Etra Kāla Antarīkṣaṃ!
climate is!	അന്തരീക്ഷം !	

40TH STEP

നാൽപതാമത്തെ ചുവട്

TIME

സമയം (Samayam̩)

1. Look at the watch.	കൈ ഘടികാരത്തിൽ നോക്കുക.	Kai Ghaṭikārattil Nōkkuka.
2. What is the time?	സമയം എന്തായി	Samayam̩ Entāyi?
3. What is the time by your watch?	നിന്റെ കൈ ഘടികാരത്തിൽ സമയമെന്തായി	Ninṟe Kai Ghaṭikārattil Samayamentāyi?
4. What o'clock is it?	ഇപ്പോൾ സമയ മെന്തായി	Ippōḷ Samayamentāyi?
5. It is exactly 7 o'clock.	ഇപ്പോൾ കൃത്യം 7 മണി	Ippōḷ Kṛtyam̩ 7 Maṇi.
6. It is half past nine.	ഇപ്പോൾ ഒൻപത് മണി കഴിഞ്ഞു അര മണിക്കൂറായി	Ippōḷ Onpat Maṇi Kaẕiññu Ara Maṇikkūṟāyi.
7. It is a quarter past three.	ഇപ്പോൾ മൂന്നു മണി കഴിഞ്ഞു പതിനഞ്ചു നിമിഷമായി.	Ippōḷ Mūnnu Maṇi Kaẕiññu Patina ñcu Nimiṣamāyi.
8. It is a quarter to four.	ഇപ്പോൾ നാലുമണിയാ കുവാൻ പതിനഞ്ചു നിമിഷം ഉ്.	Ippōḷ Nālumaṇi yākuvān Patinañ cu Nimiṣam̩ Uṇṭ.
9. It is five minutes past five.	ഇപ്പോൾ അഞ്ചുമണി കഴിഞ്ഞ് അഞ്ചു നിമിഷമായി	Ippōḷ Añcumaṇi Kaẕiññ Añcunimiṣamāyi.
10. It is ten minutes to six.	ഇപ്പോൾ ആറു മണിക്ക് പത്തു നിമിഷമു് .	Ippōḷ Āṟumaṇikk Pattu Nimiṣamuṇṭ.
11. It is already half past four.	ഇപ്പോൾ നാലുമണി കഴിഞ്ഞ് അര മണിക്കൂറായി	Ippōḷ Nālumaṇikaẕiññ Ara Maṇikkūṟāyi.
12. She will reach at one fifteen.	അവൾ ഒരു മണി കഴിഞ്ഞ് പതിനഞ്ചു നിമിഷത്തിൽ വരും.	Avaḷ Oru Maṇi Kaẕiññ Patinañcu Nimiṣattil Varum̩.
13. We reached the office at twenty-five minutes past ten.	ഞങ്ങൾ പത്തു മണി കഴിഞ്ഞ് ഇരുപത്തി യഞ്ചു മിനിറ്റായപ്പോൾ ഓഫീസ്സിൽ എത്തിച്ചേർന്നു.	Ñaṅṅaḷ Pattu Maṇi Kaẕiññ Irupattiyañcu Miniṟṟāyappōḷ Ōphīsil Etti.

14. The bank was looted in broad daylight.	ബാങ്ക് കൊള്ളയടിക്കപ്പെട്ടത് പകൽ വെളിച്ചത്തിലാണ്.	Bāṅk Koḷḷayaṭikkappeṭṭat Pakal Veḷiccattilāṇ.
15. The market is closed on	ചന്ത തിങ്കളാഴ്ച അടച്ചിരിക്കും. Monday.	Canta Tiṅkaḷāẕca Aṭaccirikkuṃ.
16. We take lunch at half past one.	ഒന്നര മണിക്കാണ് ഞങ്ങളുടെ ഊണ്.	Onnara Maṇikkāṇ Ñaṅṅaḷuṭe Ūṇ.
17. This shop reopens at half past two.	ഈ കട ര ര മണിക്ക് വീ ും തുറക്കുന്നു.	Ī Kaṭa Raṇṭara Maṇikk Vīṇṭuṃ Taṟakkunnu.
18. It is ten A.M.	ഇപ്പോൾ സമയം രാവിലെ പത്തുമണി	Ippōḷ Samayaṃ Rāvile Pattu Maṇi.
19. We leave the office exactly	ഞങ്ങൾ കൃത്യം അഞ്ചുമണിക്ക് at five P.M.	Ñaṅṅaḷ Kṛtyaṃ Añcumaṇikk ഓഫീസ്സു വിടുന്നു.
Ōphīssu Viṭunnu.		
20. Is your wrist watch slow?	നിന്റെ കൈ ഘടികാരം വൈകിയാണോ ഓടുന്നത്.	Ninṟe Kai Vaikiyāṇō Ōṭunnat.
21. Is this time-piece fast?	ഈ ടൈംപീസ്സ് വേഗത്തിലാണോ ഓടുന്നത്	Ī Ṭaimpīs Vēgattilāṇō Ōṭunnat?
22. Is the office-clock not exact?	ഓഫീസ്സ് ഘടികാരം കൃത്യമായി ഓടുന്നില്ല	Ōphīs Ghaṭikāraṃ Kṛtyamāyi Ōṭunnillē.
23. My pen watch has stopped.	എന്റെ പേന ഘടി കാരം നിന്നു പോയി.	Enṟe Pēna Ghaṭi kāraṃ Ninnu Pōyi.
24. It is time to rise.	ഉദിക്കാൻ സമയമായി.	Udikkān Samayamāyi.
25. You are half an hour late.	നീ ഒന്നര മണിക്കൂർ താമസിച്ചു.	Nī Onnara Maṇikkūr Tāmasiccu.
26. She is ten minutes early.	അവൾ പത്തുനിമിഷം നേരത്തെയാണ്.	Avaḷ Pattunimiṣaṃ Nēratteyāṇ.
27. It is midnight.	ഇതു നടു രാത്രിയാണ്.	Itu Naṭu Rātriyāṇ.
28. My mother gets up early in the morning.	എന്റെ അമ്മ അതി രാവിലെ എഴുന്നേൽ ക്കുന്നു.	Enṟe Amma Atirāvile Eẕunnēlkkunnu.
29. Last month, we were not here.	കഴിഞ്ഞമാസം ഞങ്ങൾ ഇവിടെയില്ലായിരുന്നു.	Kaẕiñña Māsaṃ Ñaṅṅaḷ Iviṭeyillāyirunnu.
30. We shall remain here this month.	ഞങ്ങൾ ഈ മാസം ഇവിടെ തങ്ങും.	Ñaṅṅaḷ Ī Māsaṃ Iviṭe Taṅṅuṃ.
31. I shall go to Simla next month.	ഞാൻ അടുത്ത മാസം സിംലായ്ക്ക് ചെല്ലും	Ñān Aṭutta Māsaṃ Simḷāykk Celluṃ.

PART -5 (41ST STEP to 50TH STEP)

41ST STEP
നാൽപ്പത്തിയൊന്നാമത്തെ ചുവട്

LET US TALK
നമുക്കു സംസാരിക്കാം (Namukku Saṃsārikkāṃ)

INTRODUCTION - *(മുഖവുര) Mukhavura*

How do you do?	നീ എങ്ങനെ യിരിക്കുന്നു ?	Nī Eṅṅane Yirikkunnu?
Tell me, please, are you a student?	ദയവായി എന്നോടു പറയൂ. നീ ഒരു വിദ്യാർത്ഥിയാണോ	Dayavāyi Ennōṭu Paṟayu. Nī Oru Vidyārtthiyāṇō ?
Yes, I am a student.	അതെ, ഞാൻ ഒരു വിദ്യാർത്ഥിയാണ്.	Ate, Ñān Oru Vidyārtthiyāṇ.
What is your name?	നിന്റെ പേര് എന്താണ്	Ninṟe Pēr Entāṇ ?
My name is Pranav Chakaravarti.	എന്റെ പേര് പ്രണവ് ചക്രവർത്തി	Enṟe Pēr Praṇav Cakravartti.
Are you an Assame or a Bengali?	നീ ഒരു ആസാം കാരനാണോ അതോ ബംഗാളിയോ?	Nī Oru Āsāṅkāranatō Baṅgāḷiyō?
No, I am a Marathi.	അല്ലാ, ഞാൻ മറാത്തിയാണ്	Allā, Ñān Maṟāttiyāṇ.
Tell me, please, who is she?	ദയവായി എന്നോടു പറയൂ അവൾ ആരാണ് ?	Dayavāyi Ennōṭu paṟayū. Avaḷ Ārāṇ ?
She is my friend Abha.	അവൾ (ആഭ) എന്റെ മിത്രമാണ്.	Avaḷ (Ābā) Enṟe Mitramāṇ
Is she a student?	അവൾ വിദ്യാർത്ഥിയാണോ?	Avaḷ Vidyārtthiyāṇō?
No, she is a translator and works in the Govt. office.	അല്ല, അവൾ ഒരു വിവർത്തകയാണ് ജോലി ചെയ്യുന്നത് സർക്കാർ ഓഫീസ്സിൽ.	Alla, Avaḷ Oru Vivarttakayāṇ, Jōli Ceyyunnat Sarkkār Ōphīssil.

Thanks, Good-bye.	നന്ദി, പോയ് വരട്ടെ	Nandi, Pōy Varaṭṭe.

ABOUT LEARNING A LANGUAGE

(ഒരു ഭാഷ പഠിക്കുന്നതിനെ കുറിച്ച്)Oru Bhāṣa Paṭhikunatine Kuṟicc)

Hello, do you Hindi?	ഹലോ, നീ ഹിന്ദി സംസാരിക്കുമോ?	Halō, Nī Hindi speak Saṃsārikkumō?
Yes, I speak Hindi a little.	ഉവ്വ്, ഞാൻ കുറേശ്ശേ ഹിന്ദി സംസാരിക്കും.	Uvv, Ñān Kurēśśē Hindi Saṃsārikkuṃ.
You speak Hindi well.	നീ ഹിന്ദി നന്നായി സംസാരി ക്കുന്നു.	Nī Hindi Nannāyi Saṃsārikkunnu.
What is your caste?	നിന്റെ ജാതി എന്താണ് ?	Ninṟe Jāti Entāṇ ?
My caste is Kelkar.	ഞാൻ കെൽക്കാർ സമുദായക്കാര നാണ്.	Ñān Kelkkār Samudāya kkāranāṇ.
I am Ashok Kelkar.	ഞാൻ അശോക് കെൽക്കാർ	Ñān Aśōk Kelkkār.
Do you think so?	നീ അങ്ങനെ വിചാരിക്കുന്നോ	Nī Aṅṅane Vicārikkunnō ?
I am studying college.	ഞാൻ കോളേജിൽ ഹിന്ദി പഠിക്കുന്നു.	Ñān Kōḷējil Hindi Paṭhikkunnu.
I want to speak Hindi well.	എനിക്ക് ഹിന്ദി നന്നായി സംസാരിക്കണം.	Enikk Hindi Nannāyi Saṃsārikkaṇam.
Does your Hindi teacher speak Hindi in class?	നിന്റെ ഹിന്ദി അദ്ധ്യാപകൻ നിന്റെ ക്ലാസ്സിൽ ഹിന്ദി സംസാരിക്കുമോ?	Ninṟe Hindi Addhyāpakan Ninṟe Klāssil Hindi Saṃsārikkumō.
Of course! He Hindi fluently.	തീർച്ചയായും അദ്ദേഹം ഹിന്ദി നന്നായി സംസാരിക്കും.	Tīrccayāyuṃ speaks Addēhaṃ Hindi Nannāyi Saṃsārikkuṃ.
Do you understand when the teacher speaks Hindi?	നിനക്കു മനസ്സി ലാകുമോ അദ്ധ്യാപകൻ ഹിന്ദി സംസാരിക്കുമ്പോൾ	Ninakku Manassilākumō Addhyāpakan Hindi Saṃsārikkunpōḷ.
Yes, we understand speaks	അതെ, അദ്ദേഹം വേഗത്തിൽ സംസാരിക്കുമ്പോൾ ഞങ്ങൾക്ക് മനസിലാക്കുന്നു	Ate, Ñaṅṅaḷkk Manassilākuṃ fast. Vēgattil Saṃsārikkunpōḷ

Do you speak Hindi at home?	നീ വീട്ടിൽ ഹിന്ദി സംസാരിക്കുമോ?	Nī Vīṭṭil Hindi Saṃsārikkumō.
Of course not! My family members do not speak Hindi.	തീർത്തും ഇല്ല, എന്റെ കുടുംബ അംഗങ്ങൾ ഹിന്ദി സംസാരിക്കില്ല.	Tīrttuṃ Illa, Enre Kuṭumba Aṃgaṅṅaḷ Hindi Saṃsārikkilla.
They speak only Marathi. Therefore, only Marathi at home.	അവർ മറാത്തി മാത്രമാണ് സംസാരിക്കുക. അതിനാൽ ഞങ്ങൾ വീട്ടിൽ മറാത്തി മാത്രമാണ് സംസാരിക്കാറ്.	Avar Maṟāttiramanu Saṃsārikkuka. s p e a k Āyatināl Ñaṅṅaḷ Vīṭṭil Maṟātti Mātramāṇ Saṃsārikkunnu.
But you speak very well!	പക്ഷേ നീ ഹിന്ദി നന്നായി സംസാരിക്കുന്നു.	Pakṣē Nī Hindi H i n d i Nannāyi we Saṃsārikkunnu.
Thank you very much!	വളരെ നന്ദി.	Vaḷare Nandi.

VILLAGE VERSUS CITY – *(ഗ്രാമവും നഗരവും) Grāmavuṃ Nagaravuṃ.*

You live in the village, but go to the city to work.	നീ ഗ്രാമത്തിൽ ജീവിക്കുന്നു. എന്നാൽ പട്ടണത്തിൽ ജോലിക്കുപോകുന്നു.	Nī Grāmattil Jīvikkunnu. Ennāl Paṭṭaṇattil Jōlikkupōkunnu.
You want to live in the village?	നീ ഗ്രാമത്തിൽ ജീവിക്കുവാൻ ആഗ്രഹിക്കുന്നുവോ?	Nī Grāmattil Jīvikkuvān Āgrahikkunnuvō.?
Oh, yes! I prefer to there. But I lone the city.	അതെ, ഞാൻ ഇവിടെ ജീവിക്കുവാൻ ആഗ്രഹിക്കുന്നു എന്നാൽ പട്ടണരും എനിക്ക് ഇഷ്ടമാണ്.	Ate, Ñān Iviṭe l i v e Jīvikkuvān also like Āgrahikkunnu Ennāl Paṭṭaṇaruṃ Enikk Iṣṭamāṇ.
Why do you like the city?	എ ന്തു കൊ ് പട്ടണം നിനക്ക് ഇഷ്ടപ്പെടുന്നു	Entu Koṇṭ Paṭṭaṇaṃ Ninakk Iṣṭappeṭunnu
In the city, there are threatres, museums, libraries and university, etc.	പട്ടണത്തിൽ തിയേറ്ററുകൾ, കാഴ്ചബം ഗ്ലാവ് പുസ്തക ശാലകൾ കലാലയങ്ങൾ എ ന്നിവ ഉ ്.	Paṭṭaṇattil Tiyēṟṟaṟukaḷ, Kāzcabaṅglāv Pustakaśālakaḷ Kalālayaṅṅaḷ Enniva Uṇṭ.

But there are also	മാത്രമല്ല തൊഴിൽ	Mātramalla Tozil
factories, buses,	ശാലകൾ, ബസ്സുകൾ	Śālakaḷ, Bassukaḷ
trucks and cars.	ലോറികൾ, കാറുകൾ	Lōṟikaḷ, Kāṟukaḷ
Everywhere there	എല്ലായിടത്തുംതിക്കും	Ellāyiṭattuṃ Tikkuṃ
are crowds and	തിരക്കും ബഹളവും.	Tirakkuṃ
noise.		Bahaḷavuṃ.
Quite right. That is	തികച്ചും ശരി, അതു	Tikaccuṃ Śari, Atu
why I prefer to live	കൊ ാണ് ഞാൻ	Koṇṭāṇ Ñān in
the village,	പട്ടണത്തിൽ ജോലി	Paṭṭaṇattil although
I do work	ചെയ്യുമ്പോഴും ഞാൻ	Jōliceytāluṃ in the
city. In the	ഗ്രാമത്തിൽ	Grāmattil
village, it is quiet,	ജീവിക്കുവാൻ	Jīvikkuvān
the air is fresh.	ആഗ്രഹിക്കുന്നത്.	Āgrahikkunnat.
	ഗ്രാമത്തിലെ ജീവിതം	Grāmattile Jīvitaṃ
	ശാന്തവും	Śāntavuṃ
	അവിടത്തെ വായു	Aviṭatte Vāyu
	ശുദ്ധവുമാണ്.	Śuddhavumāṇ.
And does your	നിന്റെ ഭാര്യ ഗ്രാമ	Ninṟe Bhārya wife like
life in	ത്തിലെ ജീവിതം	Grāmattile Jīvitaṃ
the village?	ഇഷ്ടപ്പെടുന്നോ?	Iṣṭappeṭuṅṅō? Avaḷ
She likes it very	അവൾ അതു വളരെ	Atu Vaḷareya m u c h .
However,	യധികം ഇഷ്ട	dhikaṃ Iṣṭappe
now and then she	പ്പെടുന്നു.	ṭunnu.
goes to the city to	എന്നിരുന്നാലും	Ennirunnāluṃb u y
clothes and	അവൾ പട്ടണത്തിൽ	Avaḷ Paṭṭaṇattil
other things.	ചെന്ന് തുണികളും	Cenn Tuṇikaḷuṃ
	മറ്റും സാധനങ്ങളും	Maṟṟuṃ Sādhana
	വാങ്ങുന്നു.	ṅṅaḷuṃ Vāṅṅunnu.
However, our	എന്തായാലും ഞങ്ങ	Entāyāluṃ
family members	ളുടെ കുടുംബ	Ñaṅṅaḷuṭe
are happy in the	ത്തിലെ അംഗങ്ങൾ	Kuṭumbattile village.
ഗ്രാമ ജീവിത	Aṃgaṅṅaḷ Grāma	
	ത്തിൽ സന്തോഷ	Jīvitattil
	മുള്ളവരാണ്.	Santōṣamuḷḷavarāṇ.

LEARNING OF LANGUAGE ***ഭാഷാ പഠനം (Bhāṣāpaṭhanaṃ)***

Mr. Nambiar,	അല്ല ഇതാര്	Alla Itār Nanpyārō?
how are you?	നമ്പ്യാരോ? നിൺ	Niṇ Eṅṅaneyi
	എങ്ങനെയിരിക്കുന്നു.	rikkunnu.
Very well, thank	വളരെ നന്നായിരി	Vaḷare Nannāy
you.	ക്കുന്നു, നന്ദി.	irikkunnu,Nandi.
And how is your	നിന്റെ കുടുംബം	Ninṟe Kuṭumbaṃ

family?	എങ്ങനെ?	Eṅṅane?
Thanks, all are well.	നന്ദി, എല്ലാവരും നന്നായിരിക്കുന്നു.	Nandi, Ellāvaruṃ se Nannāyirikkunnu.
By the way, I hear that you have been studying Hindi for some time now.	അതിരിക്കട്ടെ,നീ ഹിന്ദി, പഠിക്കുന്ന തായി ഞാൻ കേട്ടു അതു	Kuṟaccunāḷāyi Atirikkaṭṭe, Nī Hindi, Paṭhikkunnatāyi Ñān Keṭṭu Atu
That is true, I want to read, speak and write Hindi.	സത്യമാണ്, എനിക്കു ഹിന്ദി വായിക്കണം, സംസാരിക്കണം,എഴു തുകയുംവേണം.	Satyamāṇ, Enikku Hindi Vāyikkaṇaṃ, Saṃsārikkaṇaṃ, Ez̲utukayuṃ Vēṇaṃ.
Do you find the Hindi language difficult?	ഹിന്ദി നിനക്ക് പ്രയാസമായി തോന്നുന്നോ?	Hindi Ninakk Prayāsamāyi Tōnnunnō?
It seems difficult to foreigners; but I am making progress.	വിദേശികൾക്ക് അത് പ്രയാസം, പക്ഷേ ഞാനൊരു വിധം മുന്നേറുന്നു.	Vidēśikaḷkk At Prayāsaṃ, Pakṣē Ñānoruvidhaṃ Munnēṟunnu.
Excellent! You are already speaking well.	വളരെ നല്ലത്, നീ നന്നായി ഹിന്ദി സംസാരിക്കുന്നു.	Vaḷare Nallat, Nī Nannāyi HindiH i n d i Saṃsārikkunnu.
Thanks! I want to speak better still.	നന്ദി, ഞാൻ ഇനിയും നന്നായിസംസാരി ക്കാനാഗ്രഹിക്കുന്നു.	Nandi, nan Iniyuṃ Nannāyi Saṃsāri Kkānāgrahikkunnu.
Your enthusiasm is praiseworthy.	നിന്റെ ഉത്സാഹം അഭിനന്ദനം അർഹിക്കുന്നു.	Ninṟe Utsāhaṃ Abhinandanaṃ Arhikkunnu.

42ND STEP
നാൽപ്പത്തിരാമത്തെ ചുവട്

BETWEEN TWO FRIENDS
രു സുഹൃത്തുക്കൾ തമ്മിൽ
(Raṇṭu Suhṛttukkaḷ Tammil)

Minakshi—Hello. How are you madam?	മീനാക്ഷി : ഹലോ, നിങ്ങൾ എങ്ങനെയി രിക്കുന്നു മാഡം?	Mīnākṣi : Halō, Niṅṅaḷ Eṅṅaney irikkunnu Māḍaṃ?
Garima—Pretty thanks. And you?	ഗരിമാ : നന്നായിരി ക്കുന്നു. നീയോ ?	Garimā : w e l l , Nannāyiri | kkunnu, Nīyō?
Minakshi—I am fine, thanks.	മീനാക്ഷി : ഞാൻ നന്നായിരിക്കുന്നു, നന്ദി,	Mīnākṣi : Ñān Nannāyiri kkunnu, Nandi.
Garima—It's good to see you again.	ഗരിമാ:നിന്നെ വീ ു ം ക തിൽ സന്തോഷം	Garimā : Ninne Vīṇṭuṃ Kaṇṭatil Santōṣaṃ.
*****	*****	*****
Abha—Do you watch television very often?	അബഹാ : നീ ടെലി വിഷൻ അധികം കാണാറു ോ	Abahā : Nī Ṭeliviṣan Adhikaṃ Kāṇāruṇṭō.
Amit—Well, I some times watch it in the evening.	അമിത് : ഞാൻ ചിലപ്പോൾ അതു വൈകുന്നേരം കാണാറു്.	Amit : Ñān Cilappōḷ Atu Vaikunnēraṃ Kāṇāruṇṭ.
Abha—Did you watch television last night?	അബഹാ : കഴിഞ്ഞ രാത്രി നീ ടെലിവിഷൻ ശ്രദ്ധിച്ചോ ?	Abahā : Kaziñña Rātri Nī Ṭeliviṣan Śraddhiccō?
Amit—Yes, I did. I saw several good programmes.	അമിത് : അതെ, ഞാൻ പല നല്ല പരിപാടികളും ക.	Amit : Ate, Ñān Pala Nalla Pari pāṭikaḷu Kaṇṭu.
*****	*****	*****

Amit—Do you ever listen to the radio?	അമിത് : റേഡിയോ കേൾക്കാറുണ്ടോ	Amit : Ṟēḍiyō Kēḷkkāṟuṇṭō?
Abha—Certainly, I listen practically every night.	അബഹാ : നിശ്ചയ മായും, ഞാൻ എല്ലാ രാത്രിയും കേൾ ക്കാറുണ്ട്.	Abahā : Niścaya māyuṃ, Ñān Ellā Rātriyuṃ Prāvar ttikamāyi Kēḷkkāṟuṇṭ.
Amit—What's your favourite programme?	അമിത് : നിന്റെ ഇഷ്ട മുള്ള പരിപാടി ഏതാണ്?	Amit : Ninṟe Iṣṭamuḷḷa Paripāṭi Ētāṇ?
Abha—I like vandanvar best of all.	അബഹാ : എനിക്ക് വന്ദൻവാർ എല്ലാറ്റിലും വളരെ ഇഷ്ടമാണ്	Abahā : Enikk Vandanvār Ellāṟṟiluṃ Vaḷare Iṣṭamāṇ.
*****	*****	*****
Shehnaz—Where did you go?	ഷാഹ്നാസ്സ് : നീ എവിടെ പോയി ?	Ṣāhnāss : Nī Eviṭe Pōyi?
Minaz—We went to a beautiful beach.	മിനാസ്സ് : ഞങ്ങൾ മനോഹരമായൊരു കടൽ തീരത്തു പോയി.	Mināss : Ñaṅṅaḷ Manōhara māya Oru Kaṭal Tīrattu Pōyi.
Shahnaz—Did you swim in the ocean?	ഷാഹനാസ്സ് : നീ സമുദ്രത്തിൽ നീന്തിയോ?	Ṣāhnāss : Nī Samudrattil Nīntiyō.
Minaz—Yes, but I swam close to he shore!	മിനാസ്സ് : അതെ, കരയുടെ വളരെ യടുത്ത്	Minās : Ate, Karayuṭe t Vaḷareyaṭutt.
*****	*****	*****
Manjula—What are you going to do tonight?	മഞ്ജുള : ഇന്നു രാത്രി നീ എന്തു ചെയ്യുവാൻ പോകുന്നു?	Mañjuḷa : Innu Rātri Nī Entu Ceyyuvān Pōkunnu.?
Gaurav—I have not decided yet.	ഗൗരവ് : ഞാൻ തിരുമാനിച്ചിട്ടില്ല.	Gaurav : Ñān Tirumānic ciṭṭilla.
Manohar—No. That tall fellow is Dr. Bhartendu	മനോഹർ : അല്ല, ആ ഉയരമുള്ള വനാണ് ഡോ.ഭാരതേന്ദു	Manōhar : Alla, Ā Uyaramuḷḷa vanāṇ Ḍō.Bhāratēndu.
Pradip—Do you	പ്രദീപ് :നിങ്ങൾ	Pradīp : Nīgal

mean the one	ഉദ്ദേശിക്കുന്നത്	Uddēśikkunnat
over there with	അവിടെയിരിക്കുന്ന	Aviṭeyirikkunna
ainak pahne	ആ ഉയരമുള്ള	Ā Uyaramuḷḷa
spectacles?	മനുഷ്യനാണോ ?	Manuṣyanāṇō?
Manohar—Yes.	മനോഹർ : അതെ,	Manōhar : Ate,
The one with	കറുത്ത മുടിയുള്ള	Karutta been
wale	യാൾ.	Muṭiyuḷḷayal?
*****	*****	*****
Inamdar—How	ഇനാംദർ : നീ എത്ര	Ināmbhar : Nī
long have you	നാളായി ഇവിടെ?	Etra Nāḷāyi
here?	രിക്കുന്നു ?	Ivita?
Gopal—I have	ഗോപാൽ : ര ാ	Gōpāl : Ñān Iviṭe
been here for	ഴ്ച്ചയായി ?	Raṇṭu
two weeks.		Āẕcayāyi?
Inamdar—How	ഇനാംദർ:എപ്പോ	Ināmbhar :
often do you	ഴെല്ലാം നീ	Eppōẕellāṃ Nī
get here?	ഇവിടെ വരും.	Iviṭe Varuṃ.
Gopal—I get to	ഗോപാൽ : ഈ	Gōpāl : Ī Paṭṭa
about	പട്ടണത്തിൽ ഞാൻ	ṇattil Ñān Var
twice a year.	വർഷത്തിൽ രു	ṣattil Raṇṭuprā
	പ്രാവശ്യം വരും.	vaśyaṃ Varuṃ.
Anu—Did you	അനു : നീ അവധി	Anu : Nī Avadhi
have a good	നാളുകൾ ചില	nāṭṭkkaḷ
vacation?	വഴിച്ചോ ?	Cilaviṭṭō
Satya—Yes, I did.	സത്യാ : അതെ	Satyā : Ate Ñān
I had a wonderful	ഞാൻ ചില വിട്ടു	Cilaviṭṭa Manō
time.	അത് മനോഹര	haramāya
	മായ ദിവസങ്ങളാ	Divasaṅṅa
	യിരുന്നു.	ḷāyirunnu
Anu—What did	അനു : നീ എന്തൊ	Anu : Nī Entokke
you do?	ക്കെ ചെയ്തു.	Ceytu.
Satya—I visited	സത്യ : ഞാൻ	Satya : Ñān
some old	പുതു ദില്ലിയിലെ	Putudilliyile Cila
friends in	ചില പഴയ	Paẕaya Suhṛttu
New Delhi.	സുഹൃത്തുക്കളെ	kkaḷe Sanda
	സന്ദർശിച്ചു.	rśiccu.

•••••••••

43RD STEP
നാൽപ്പത്തി മൂന്നാമത്തെ ചുവട്

ABOUT MONEY
പണത്തെ കുറിച്ച് (Paṇattekuṟicc)

1. How much money do you have?	നിന്റെ പക്കൽ എത്ര രൂപയു്	Ninṟe Pakkal Etra Rūpayuṇṭ
— Not very much.	അധികമില്ല.	Adhikamilla.
*****	*****	*****
2. She looks upset about something.	അവൾ എന്തിനെയോപറ്റി വിഷമിച്ചിരിക്കുന്നു.	Avaḷ Entineyō Paṟṟi Viṣamicc. irikkunnu
— I think she has lost her money.	ഞാൻ വിചാരിക്കുന്നു അവൾ തന്റെ പണം നഷ്ടപ്പെടുത്തിയെന്നു.	Ñān Vicārikkunnu Avaḷ Tanṟe Paṇam Naṣṭa ppeṭuttiyennu
— Are you sure she has lost her money? I am sure she did.	നിനക്കു തീർച്ചയാണോ അവൾ പണം കളഞ്ഞെന്ന് എനിക്കു തീർച്ചയാണ്. അവൾ പണം കളഞ്ഞു	Ninakku Tīrccayāṇō Avaḷ Paṇaṃ Kaḷaññenn Enikku Tīrccayāṇ. Avaḷ Paṇaṃ Kaḷaññu.
*****	*****	*****
3. How many rupees did you have in your bank?	നിന്റെ ബാങ്കിൽ എന്തു തുകയു്.?	Ninṟe Bāṅkil Entu Tukayuṇṭ.
— I had exactly three hundred rupees.	എന്റെ കൈവശം കൃത്യം മുന്നൂറു രൂപ ഉ്.	Enṟe Kaivaśaṃ Kṛtyaṃ Munnūṟu Rūpa Uṇṭ.
*****	*****	*****
4. Did you sell your motorcycle?	നീ നിന്റെ മോട്ടാർ സൈക്കിൾ വിറ്റോ.?	Ni Ninṟe Mōṭṭār Saikkiḷ Viṟṟō?

Yes, I sold it to my friend	അതെ, അത് ഞാനെന്റെ സുഹൃത്തിന് വിറ്റു.	Ate, At Ñānenṟe Suhṛttin Viṟṟu.
*****	*****	*****
5. Could you lend me one hundred rupees tomorrow?	എനിക്ക് ഒരു നൂറു രൂപ നാളെ വായ്പ തരാമോ?	Enikk Orū Nūru Rūpa Nāḷe untilVāypa Tarāmō?
No, I could not.	ഇല്ല, എനിക്ക് കഴിയില്ല.	Illa, Enikk Kaẕiyilla.
*****	*****	*****
6. Could you spare six hundred rupees?	നിനക്ക് അറനൂറ് രൂപ എനിക്കുവേ നീക്കി വയ്ക്കാമോ?	Ninakk Aṟanūṟu RūpaNīkki Enikku Ṇṭēi vaykkāmō
— Yes, but I shall need the money before next week.	ശരി, പക്ഷേ എനിക്ക് പണം അടുത്ത ആഴ്ചയ്ക്കു മുമ്പു തിരിച്ചുതരണം.	Śari, Pakṣē Enikk Paṇaṃ Aṭutta Āẕcaykku Munpu Tiriccutaraṇaṃ.
7. Did you get the money?	നിനക്ക് പണം കിട്ടിയോ ?	Ninakk Paṇaṃ Kiṭṭiyō?
— Yes, I borrowed it from my colleague.	കിട്ടി, ഞാൻ എന്റെ സഹപ്രവർത്തകരിൽ നിന്ന് വായ്പ്പ വാങ്ങി.	Kiṭṭi, Ñān Enṟe Pravarttakaril Ninn Vāyppa Vāṅṅi..
*****	*****	*****
8. Have you got any change?	നിന്റെയടുത്തു ചില്ലറയുണ്ടോ	Ninṟeyaṭuttu Cillaṟayuṇṭō
— Here are seven coins of ten paise and six coins of five paise	ഇതാ ഇവിടെ പത്തു പൈസയുടെ ഏഴും അഞ്ച് പൈസയുടെ ആറ് നാണയങ്ങളും ഉണ്ട്.	Itā Iviṭe Pattu paisayuṭe Eẕum Añcu paisayuṭe Āṟ Nāṇaya ṅṅaḷumUṇṭ.
*****	*****	*****
9. Can you change this ten rupee note?	ഈ പത്തു രൂപ നോട്ട് മാറ്റി തരാമോ ?	Ī Pattu Rūpa Nōṭṭu . Matiṟa Tarāmō ?
— I am sorry I don't have any note.	ക്ഷമിക്കുക. എന്റെയടുത്ത് നോട്ടു ഇല്ല.	Kṣamikkuka enṟeyaṭutt Nōṭṭu Illa.
*****	*****	*****
10. Do you have	ഒരു നൂറു	Oru Nūṟu

change for one hundred rupees?	രൂപായ്ക്ക് ചില്ലറയുണ്ടോ ?	Rūpāykk Cillaṟayuṇṭō.
— Just a minute, let me see.	ഒരു നിമിഷം നോക്കട്ടെ	Oru Nimiṣaṃ Nōkkaṭṭe.
11. Will you get foreign exchange?	നിങ്ങൾക്ക് വിദേശകറൻസി ലഭിക്കും.	Nigalkki Vidēśkaransi Labhikkuṃ.
Yes, I will.	അതേ, എനിക്ക് കിട്ടും	Ate, Enikkukiṭṭuṃ.
*****	*****	*****
12. How much will you get?	നിങ്ങൾക്ക് എത്ര കിട്ടും.	Niṅṅaḷkk Etra Kiṭṭuṃ ?
— A student generally gets foreign exchange worth about 5000 dollars per year.	ഒരു വിദ്യാർത്ഥിക്ക് ഒരു വർഷത്തേക്ക് 5000 ഡോളർ വിദേശ നാണ്യം ലഭിക്കുന്നു	Oru Vidyārtthikk Oru Varṣattēkk 5000 Ḍōḷar Vidēśa Nāṇyaṃ Labhikkunnu.
*****	*****	*****
13. What is your Salary	നിങ്ങൾക്ക് എന്ത് ശബളം ഉ് ?	Niṅṅaḷkk Ent Śabaḷaṃ Uṇṭ?
— I am drawing a salary of Rs. 400 per month.	ഞാൻ ഒരു മാസം 400 രൂപ ശമ്പളം വാങ്ങുക.	Ñān Oru Māsaṃ 400 Rūpa Śanpa-ḷaṃ Vāṅṅuka.
*****	*****	*****
14. How much do you expect?	നീ എത്ര പ്രതീക്ഷിക്കുന്നു.	Nī Etra Pratīkṣikkunnu?
— I do not wish to have more than fifty rupees.	എനിക്ക് 50 രൂപായ്ക്കു മേൽ പ്രതീക്ഷിക്കുന്നില്ല.	Enikk 50 Rūpāykku mēl Pratīkṣikkunnilla.
*****	*****	*****
15. Do you give any discount	നിങ്ങൾ ഡിസ് കൗ് നൽകുമോ?	Niṅṅaḷ Ḍiskauṇṭ Nalkumō?
— Not at all.	ഇല്ല	Illa?
*****	*****	*****
16. Is this worth twenty rupees?	ഇതിനു 20 രൂപയുടെ മതിപ്പ് ഉാേ.?	Itinu 20 Rūpayuṭe Matipp Uṇṭō?
— Why not? It is rather costlier.	എന്തു കൊ് ഇല്ല ? ഇത് വില കൂടിയതാണ്.	Entu koṇṭ Illa ? It Vila Kūṭiyatāṇ.

44TH STEP
നാൽപ്പത്തി നാലാമത്തെ ചുവട്

ON THE BUS
ബസ്സിൽ Bassil

1.	Pay for the tickets.	യാത്രാ ചീട്ടിനുള്ള പണം കൊടുക്കുക.	Yātrā Ciṭṭinula Paṇaṃ Koṭukkuka.
2.	No, I paid last time. It is your turn today.	ഇല്ല, കഴിഞ്ഞ പ്രാവശ്യം ഞാനാണ് കൊടുത്തത് . ഇത് നിന്റെ ഊഴമാണ്.	Illa, Kaẕiññа Prāvaśyaṃ Ñān Koṭuttat. It Ninṟe Ūẕamāṇ
3.	All right. Shall we get off at the ring road, Lajpat Nagar?	ശരി, നാം റിംങ്ങ് റോഡ്, ലജ്പട്ട് നഗറിലല്ലേ ഇറങ്ങുന്നത്.	Śari, Nāṃ Ṟiṅṅ Ṟōḍ, Khajpaṭṭ Nagarilallē Iṟaṅṅunnat.
4.	I think the Central Market a little nearer sinema ke the Cinema. Anyway the fare is the same.	സിനിമാ തിയേറ്ററിൽ നിന്ന് കുറച്ചടുത്താ ണ് സെൻട്രൽ മാർക്കറ്റ് എന്ന് ഞാൻ കരുതുന്നു. എന്തായാലും, യാത്ര കൂലി ഒന്നു തന്നെ.	Sinimā Tiyēṟṟaril Ninnu Kuṟaccu Aṭuttāṇen Sentralm ārkkaṟṟ Enn Ñān Karutunnu. Entāyālum̥, Yātra Kūli Onnu Tanne.
5.	Yes, it is. I usually get off at the Ring Road. But it makes no difference.	അതെ, ശരിയണ് ഞാൻ പതിവായി റിംങ്ങ് റോഡിലാണ് ഇറങ്ങാറ്. എന്നാലും യാത്രാകൂലി വ്യത്യാസം ഇല്ല.	Ate, Śariyaṇ Ñān Pativāyi Ṟiṅṅ Ṟōḍilāṇ Iṟaṅṅāṟ. Ennālum̥ Yātrākūli Vyatyāsaṃ Illa.
6.	Now buy the tickets.	ഇപ്പോൾ യാത്രാ ചീട്ട് വാങ്ങു.	Ippōḷ Yātrā Ciṭṭ Vāṅṅu.
7.	The bus is over crowded, So I think the conductor is very busy.	ബസ്സിൽ നല്ല തിരക്കു് കണ്ടക്ടറും വളരെ തിരക്കിലാണ്.	Bassil Nala Tirakkuṇṭrum Kaṇṭakṭar Vaḷare Tirakkilāṇ.
8.	But have you	നിന്റെ കൈയ്യിൽ	Ninṟe Kaivaśaṃ

	got the money ready?	പണം ഉണ്ടോ ?	Paṇaṃ Uṇṭō?
9.	Yes, I have got the exact fare.	ഉണ്ട്, എന്റെ പക്കൽ കൃത്യമായ യാത്രാ കൂലി ഉണ്ട്.	Uṇṭ, Enṟe Pakkal Kṛtyamāya Yātrā Kūli Uṇṭ.

IN A PUBLIC LIBRARY -

(ഒരു പൊതുവായന ശാലയിൽ) Oru Potuvāyana Śālayil

1.	May I be a regular member of the library?	എനിക്ക് വായന ശാലയിലെ സ്ഥിരാം ഗത്വം ലഭിക്കുമോ ?	Enikk Vāyana śālayile Sthirāṅga tvaṃ Labhikkumō?
2.	Of course. Complete this form, please, and get it signed by any Gazetted officer.	തീർച്ചയായും, ഈ അപക്ഷേ ഫോറം പൂരിപ്പിച്ച് അതിൽ, ഒരു ഗസറ്റഡ് അധി കാരിയുടെ ഒപ്പ് വാങ്ങിച്ചു തരിക.	Tīrccayāyuṃ, Ī Apēkṣāphōraṃ Pūrippicc Atil Oru Gasaṟṟanṭ Adhikāri yuda Koṇṭu Opp Vāṅṅiccu Tarika.
3.	What is the membership fees ?	അംഗത്വ സംഖ്യ എത്രയാണ്?	Aṃgatva Saṅkhya Etrayāṇ?
4.	Not at all, the public library service is entirely free.	ഒന്നും കൊടുക്കണ്ട, പൊതു വായനശാല യുടെ സേവനം സൗജന്യമാണ്.	Onnuṃ Koṭukkaṇṭa, Potu Vāyana śālayuṭe Sēvanaṃ Saujanyamāṇ.
5.	How many books do you lend at a time?	ഒരേ സമയത്ത് എത്ര പുസ്തകം നല്കും ?	Orē Samayatt Etra Pustakaṃ Nalkuṃ
6.	The library lends three books for fourteen days.	പതിനാലു ദിവസ ത്തേക്ക് മൂന്നു പുസ്തകം നൽകും.	Patinālu Divasattēkk Mūnnu Pustakaṃ Nalkum.
7.	I see. What is the late fee per day?	അങ്ങനെയോ, പുസ്തകം തിരിച്ചു നല്കാൻ താമസി ച്ചാൽ കൊടുക്കേണ്ട പിഴ എത്രയാണ്.	Aṅṅaneyō, Pustakaṃ Tiriccu Nalkan Tāmasiccāl Koṭukkēṇṭa Piẕa Etrayāṇ.
8.	We charge ten paise per day for each book.	ഒരു പുസ്തകത്തിന് ഒരു ദിവസത്തേക്ക് പത്ത് പൈസ ഈടാക്കുന്നു.	Oru Pustakattin Oru Divasattēkk Patt Paisa Īṭākkunnu.
9.	What are the working hours of the library?	വായനശാലയുടെ പ്രവർത്തന സമയം എന്താണ്?	Vāyanaśālayuṭe Pravarttana Samayaṃ Entāṇ?
10.	The library	വായനശാല	Vāyanaśāla

remains open from 9 a.m. to 7.30 p.m.	രാവിലെ 9 മുതൽ രാത്രി 7.30 വരെ തുറക്കും.	Rāvile 9 Mutal Rātri 7.30 Vare Tuṟakkuṃ.

AT THE THEATRE - *(തിയേറ്ററിൽ) Tiyēṟṟaril*

1.	It's interval. Shall we go to the snack bar and have a cup of tea.	ഇതു ഇടവേള യാകുന്നു. നമുക്ക് ഭക്ഷണശാലയിൽ പോയി ഒരു കപ്പ് ചായ കുടിക്കാമോ?	Itu Iṭavēḷayākunnu. Namukk Bhakṣaṇa śālayil Pōyi Oru Kapp Caya Kuṭikkāmō?
2.	I don't want any-thing. Let us stretch our legs.	എനിക്ക് ഒന്നും വേണ്ട നമുക്ക് കാലു കൾ നീട്ടിവയ്ക്കാം	Enikk Onnuṃ Vēṇṭa Namukk Kālukaḷ Niṭṭivaykkāṃ.
3.	Let us go. What do you think of the heroine?	നമുക്ക് പോകാം. നായികയെ പറ്റി നിനക്കു എന്തു തോന്നുന്നു.	Namukk Pōkāṃ. Nāyikaye Paṟṟi Ninakku Entu Tōnnunnu.
4.	Her performance was very good.	അവളുടെ അഭി നയം വളരെ നന്നായിരുന്നു.	Avaḷuṭe Abhi nayaṃ Vaḷare Nannāyirunnu.
5.	Really her future is very good.	തീർച്ചയായും അവളുടെ ഭാവി ശോഭനമായിരിക്കും.	Tīrccayāyuṃ Avaḷuṭe Bhāvi Śōbhanamāyirikuṃ
6.	She certainly surpassed all the actors.	അവൾ എല്ലാ നടീനടന്മാരെയും മറികടന്നു.	Avaḷ Ellā Naṭī naṭanmāreyuṃ Maṟikaṭannu.
7.	None of the others was as good as she was.	മറ്റു എല്ലാ അഭിനേ താക്കളാരും അവളെ പോലെ മെച്ചമ.	Maṟṟu Ellā Abhinē tākkaḷaruṃ Avaḷe Pōle Meccam.
8.	Except the young child Mira who made us all laugh.	നമ്മെ എല്ലാം ചിരിപ്പിച്ച മീരാ എന്ന കുട്ടിയൊഴിച്ച്	Namme Ellāṃ Cirippicca Mīrā Enna Kuṭṭiyoẓicc
9.	The bell is ringing. It's time to go back.	മണി അടിക്കുന്നു. തിരിച്ചു കയറാൻ സമയമായി.	Maṇi Aṭikkunnu. Tiriccu Kayaṟān Samayamāyi.

45TH STEP

നാൽപ്പത്തി അഞ്ചാമത്തെ ചുവട്

ASKING THE WAY

(വഴിചോദിക്കുന്ന വിധം) Vazicōdikkunna Vidhaṃ

1.	Excuse me. Can you tell where is temple?	ക്ഷമിക്കുക. ക്ഷേത്രം എവിടെ യെന്നു പറയാമോ?	. Kṣamikkuka. Kṣētraṃ Eviṭeyennu Paṟayāmō ?
2.	Which temple do you look	നിങ്ങൾ ഏത് ക്ഷേത്രമാണ് അന്വേഷിക്കുന്നത്.	Ninṅaḷ Ētu Kṣētramāṇan vēṣikkunnat.
3.	I mean tempe or Laxmi Narayan.	ഞാൻ ഉദ്ദേശി ക്കുന്നത് ലക്ഷ്മീ നാരായണന്റെ ക്ഷേത്രമാണ്.	Ñān Uddēśikunnat Lakṣmīnārāyaṇanṟe Kṣētramāṇ
4.	Oh, the Birla Mandir. Go Pahli trafik straight to the first traffic light and then turn left.	ദാ ബിർളാമന്ദിരം നേരെ ആദ്യത്തെ ഗതാഗനിയന്ത്രണം സ്തൂപത്തിൽ ചെന്ന് ഇടത്തോട്ടു തിരിയുക.	Dā Birḷā Mandiramō . Nēre Ādyatte Gatāgata Niyan traṇa Stūpattil Cenn Iṭattōṭṭu Tiriyuka.ṅ
5.	I see. Is it far?	അങ്ങനെയോ, അത് ദൂരമുണ്ടോ?	Aṅṅaneyō, At Dūramuṇṭō?
6.	Not so far. Only one kilometre. kilomitar	അത്ര ദൂരമില്ല, ഒരു കിലോമീറ്റ റെയുള്ളു.	Atra Dūramilla, Oru Kilō mīṟṟaṟeyuḷḷu
7.	Turn left at the first trafficlight?	ആദ്യത്തെ ട്രാഫിക്ക് ലൈറ്റിൽ ഇടത്തോട്ടു തിരിയുക.	Ādyatte Ṭrāphikk Laiṟṟil Iṭattōṭṭu Tiriyuka?
8.	When you turn left, you will	നിന്ന് ഇടത്തോട്ടു	Ninn Iṭattōṭṭu Tiriññāl iṭattōṭṭu

	see the temple	തിരിഞ്ഞാൽ	Tiriññāl
		ക്ഷേത്രം കാണും	Kṣētraṃ Kāṇuṃ
9.	Thank you.	നിങ്ങൾക്ക് നന്ദി	Niṅṅaḷkk Nandi.
10.	Not at all. It is	സാരമില്ല. ഒരു	Sāramilla.Oru
	a matter of	അപരിചിതനെ	Aparicitane
	joy to help	സഹായിക്കുന്നത്	Sahāyikkunnat
	a stranger.	സന്തോഷമാണ്.	Santōṣamāṇ

AT THE MEDICAL STORE *(മരുന്നു കടയിൽ) Marunnu Kaṭayil*

1.	Can you make	ദയവായി എനിക്കു	Dayavāyi Enikk Ī
	up this	ഈ മരുന്നു	Marunnu Kuṟipp
	prescription for	കുറിപ്പ് വായിച്ചു	Vāyiccu Tarāmō.
	me, please?	തരാമോ?	
2.	Certainly,	തീർച്ചയായും,	Tīrccayāyuṃ,
	Sir! will	സാർ പോയിട്ടു	Sār Pōyiṭṭu
	you come later?	പിന്നെ വരാമോ ?	Pinne Varāmō ?
3.	How long will	ഇതു എന്തു	Itu Entu Samayaṃ .
	it take?	സമയം എടുക്കും.	Eṭukkuṃ
4.	Only ten	വെറും പത്തു	Veṟuṃ Pattu
	minutes.	നിമിഷം	Nimiṣaṃ
5.	Could you	തലവേദനയ്ക്ക്	Talavēdanaykk
	recommend	മരുന്ന് എന്തെങ്കിലും	Marunn Enteṅkiluṃ
	something for	ശുപാർശ	Śipārśa
	headache?	ചെയ്യാമോ?	Ceyyāmō.
6.	Yes, these	ശരി, ഈ ഗുളിക	Ate, Ā Guḷikakaḷ
	tablets are very	കൾ നന്നായി ഫലി	Nannāyi
	effective.	ക്കുന്നവയാണ്. മിക്ക	Phᴐlikkunnavayāṇ
	Mostly doctors	വാറും ഡോക്ടർ	Mikkavāṟuṃ
	prescribe them	മാർ അതാണ്	Ḍōkṭarmāruṃ Atāṇ
	nowadays.	ഇക്കാലത്ത് എഴുതി	Ikkālatt Eẕuti
		തരുന്നത്.	Tarunnat.
7.	All right. I will	ശരി, ഞാൻ പത്ത്	Śari, Ñān Patt
	take ten tablets.	ഗുളിക വാങ്ങാം.	Guḷika Vāṅṅāṃ.
8.	Will that be all,	അതു	Atu Matiyō
	Sir?	മതിയോ?	
9.	Yes, except for	മരുന്ന് ഇപ്പോൾ	Marunn Ippōḷ
	my medicines?	തന്നെ	Tanne
	Will it be ready	തയ്യാറാകുമോ?	Tayyāṟākumō?
	now?		
10.	Not yet. Wait for	ആയിട്ടില്ല, അല്പ്പ	Āyiṭṭilla,
	a short while.	നേരം ദയവായി	Alppanēraṃ
	Please be seated.	ഇരിക്കൂ.	Dayavāyi Irikku.

ON THE TELEPHONE ദൂരശ്രവണ യന്ത്രത്തിലൂടെ (ടെലഫോണിലൂടെ) *Ṭeliphōṇilūṭe*

1. Is it Diamand Pocket Books?	ഇതു ഡൈമണ്ട് പോക്കറ്റ് പുസ്തകമാണോ?	Itu Ḍaimanṭ Pōkkaṟṟ Pustakamāṇō ?
2. Yes, Diamand. Good morning.	അതെ. നമസ്ക്കാരം.	Ate, Namaskkāraṃ.?
3. May I speak to Shri Narendra Kumar?	എനിക്കു നരേന്ദ്ര കുമാറിനോടു സംസാരിക്കാൻ കഴിയുമോ?	Enikku Narēndra kumāṟinōṭu Saṃsārikkān Kaḻiyumō
4. Sorry, he has not arrived yet.	ക്ഷമിക്കുക. അദ്ദേഹം ഇനിയും വന്നിട്ടില്ല.	Kṣamikkuka. Addēhaṃ Iniyuṃ Vanniṭṭilla.
5. Can you tell when he will come?	അദ്ദേഹം എപ്പോൾ വരുമെന്ന് പറയാമോ ?	Addēhaṃ Eppōḷ Varumenn Paṟayāmō?
6. I don't know. You can give me your message.	എനിക്ക് അറിയില്ല, നിങ്ങൾക്ക് എന്തെങ്കിലും പറയാനുണ്ടോ?	Enikk Aṟiyilla, Niṅṅaḷkk Enteṅkiluṃ. Paṟayanuṇṭō?
7. Will you tell him that Mr. Lamba called and ask him to ring me back as early as possible?	ഞാൻ ലംബാ വിളിച്ചെന്ന് അദ്ദേഹത്തെ അറിയിക്കാമോ ? വന്ന ഉടനെ തന്നെ തിരിച്ചു വിളിക്കണമെന്ന് അദ്ദേഹത്തോടു പറയുക.	Ñān Lambā Viḷiccenn Addēhatte Aṟiyikkāmō ? Vanna Uṭane Tanne Tiriccu Viḷikkaṇamennuṃ Addēhattōṭ Paṟayuka?
8. O.K. What is your telephone number please?	ശരി, നിങ്ങളുടെ ഫോൺ നമ്പർ എന്താണ്?	Śari Niṅṅaḷuṭe Phōṇ Nanpar Etrayāṇ?
9. My number is 654527*. Mr. Narendran knows it.	എന്റെ നമ്പർ 654527* ആണ്. ശ്രീ. നരേന്ദ്രൻ അറിയാം	Enṟe Nanpar 654527* Āṇ. Śrī. Narēndran Aṟiyāṃ
10. Very well, sir. I shall tell him as arrives.	വളരെ നല്ലത്, സാർ അദ്ദേഹം വന്നതും ഞാൻ അദ്ദേഹത്തോടു പറയാം.	Vaḷare Nallat, Sār Addēhaṃ Vanna tuṃ Ñān Addēha ttōṭ Paṟayāṃ.

46TH STEP
നാൽപ്പത്തി ആറാമത്തെ ചുവട്

MAKINGA TRUNK CALL

(ദൂരദേശത്തേക്ക് ടെലഫോണിൽ വിളിക്കുന്ന വിധം)

Duradēśa Ṭelaphōṇ Viḷikkunna Vidhaṃ.

Subscriber—Hello Exchange!	വരിക്കാരൻ–ഹലോ എക്സേഞ്ചല്ലേ.	Varikkāran - Halō Eksēñcallē.
Operator—Yes, Exchange speaking.	ഓപ്പറേറ്റർ–അതെ എക്സേഞ്ചാണ്	Ōpparēṟṟar - Ate, Eksēñcallēnu.
Subs—Please book an urgent trunk call.	വരി–ദയവായി ഉടനെ ഒരു അടിയന്തിര ട്രങ്ക് കോൾ ബുക്ക് ചെയ്യുക.	Vari-Dayavāyi Uṭane Oru Atyā vaśyamāya Kōḷ Bukk Ceyyuka
Op—For which city?	ഓപ്പ–ഏത് പട്ടണത്തിലേക്കാണ് ?	Ōppa - Ēt Paṭṭaṇa ttilēkkāṇ
Subs—For Pune, please.	വരി–ദയവായി പൂനയ്ക്ക്	Vari-Dayavāyi Pūnaykk
Op—What number, please?	ഓപ്പ–നമ്പർ ദയവായി പറയുക	Ōppa - Nanpar Dayavāyi Paṟayuka.
Subs—6543*	വരി – 6543*	Vari- 6543*
Op—Is the call in the name of a person?	ഓപ്പ – എതെങ്കിലും ഒരു വ്യക്തിയുടെ പേരിലാണോ വിളിക്കുന്നത്.	Ōppa - Eteṅkiluṃ Oru Vyaktiyuṭe Pērilāṇō Viḷikkunnat.
Subs—Yes, please, it is in the name of Yash Shah.	വരിക്കാ–അതെ, യാഷ് ഷായുടെ പേരിലാണ്	Vari - Ate, Yāṣṣāyuṭe Pērilāṇ.
Op—Please spell out the name	ഓപ്പ–**പേരിന്റെ അക്ഷരങ്ങൾ പറയുക**	Ōppa-Pērinṟe Akṣaraṅṅaḷ Paṟayuka.
Subs—Y for Yamuna nagar, Agra,S for A for	വരി – യമുന നഗറിലെ, ആ–ആഗ്ര, എസ് – ശ്രീനഗർ,	Vari - Yamuna Nagaṟin Y, A - Āgra, S - Śrinagar,

Srinagar, H for Hyderabad Deccan College, Pune.	എച്ച്-ഹൈദരാബാദ്, ഡെക്കൻ കാളേജ് പൂനാ	H - Haidarābād, Ḍekkan Kāḷej Pūnā
Op—O.K. Your phone number ?	ഓപ്പ – ശരി, നിങ്ങളുടെ നമ്പർ ?	Ōppa- Śari, Niṅṅaḷuṭe Nanpar.
Sub—203606+	വരി - 203606+	Vari -203606+
Op—Well, please wait for five minutes or so.	ഓപ്പ– ദയവായി ഒരു അഞ്ചു നിമിഷം കാത്തിരിക്കുക.	Ōppa-Dayavāyi Oru Añcu Nimiṣaṃ Kāttirikkuka
Subs—What is my registration number?	വരി – എന്റെ രജിസ്ട്രേഷൻ നമ്പർ എന്താണ്?	Vari - Enṟe Rajisṭrēṣan Nanpar Entāṇ?
Op—B for Bombay 1002 x	ഓപ്പ– ബോംബെ 1002 X	Bi - Bōmbe 1002 X
Subs—Thank you, Sir.	വരി – നന്ദി സാർ,	Vari- Nandi, Sār
[After seven minutes]	(ഏഴു നിമിഷ ത്തിന് ശേഷം).	(Ēḻu Nimiṣattin Śēṣaṃ)
Op—Hello, is it 203606?+	ഓപ്പ– ഹലോ, ഇതു 203606+ ആണോ ?	Ōppa - Halō, Itu 203606+ Āṇō ?
Subs—Yes speaking.	വരി – അതെ സംസാരിക്കുന്നു.	Vai - Ate Saṃsārikkuka.
Op—Here is your trunk call to Pune. Please speak to your friend.	ഓപ്പ – ഇതാ പൂന യിലേക്കുള്ള നിങ്ങ ളുടെ ടെലഫോൺ കാൾ നിങ്ങൾ അയാളോടു സംസാരിച്ചോളൂ.	Ōppa - Itā Pūnayāṇ. KKulla Niṅṅaḷuṭe Ṭelaphōṇ Kāḷ. Niṅṅaḷ Ayāḷōṭu Saṃsāriccōḷu.
Subs—Thank you very much.	വരി – വളരെ നന്ദി.	Vari - Vaḷare Nandi.
Subs—Hello, Yash Shah?	വരി – ഹലോ യാഷ്ഷാ ആണോ സംസാരിക്കുന്നത്?	Vari - Halō Yāṣṣā Āṇō Saṃsārikkunnat.?
Yash—Speaking.	യാഷ്ഷാ – അതെ	Yāṣṣā - Ate
Subs—Amit from Delhi.	ഡൽഹിയിൽ നിന്ന് അമിതാണ്	Ḍalhiyil Ninn Amitāṇ
Yash—Oh! Your father was very anxious about you.	യാഷ്-നിന്റെ അച്ഛൻ നിന്നെ ക്കുറിച്ച് വളരെ ഉത്കണ്ഠാ കുലനായിരുന്നു.	Yāṣ - Ninṟe Acchan Ninnekkuṟicc Vaḷare Utkaṇṭhā kulanāyirunnu.

Amit—I arrived	അമിത് - ഞാൻ	Amit - Ñān Iviṭe
here only	ഇവിടെ ഇന്നല്ലേ	Innallē
yesterday.	വന്നുള്ളു.	Vannuḷḷu.
Yash—How are	യാഷ് - കുടുംബ	Yāṣ - Kuṭumbattil
all in the	ത്തിൽ എല്ലാവരും	Ellāvarum
family?	എങ്ങനെയിരിക്കുന്നു	Eṅṅaneyirikkunnu?
How is my	എന്റെ നാത്തൂൻ	Enṟe Nāttūn
sister-in law?	എങ്ങനെയിരി	Eṅṅaneyirikkunnu,
your mother?	ക്കുന്നു? നിന്റെ അമ്മ?	Ninṟe Amma?
Amit—All are O.K.	അമിത് - എല്ലാവ	Amit - Ellāvarkkuṃ
Where is my	ർക്കും സുഖം തന്നെ.	Sukhaṃ Tanne.
father?	എന്റെ അമിത്	Enṟe Amit Eviṭeyāṇ?
	എവിടെയാണ്?	
Yash—He has	യാഷ് - അദ്ദേഹം	Yāṣ - Addēhaṃ
gone to attend	ഒരു സാഹിത്യ	Oru Sāhitya a
literary	യോഗത്തിൽ	Yōgattil
meeting.	പങ്കെടുക്കാൻ	Paṅkeṭukkān
	പോയിട്ടുണ്ട്.	PōyiṬṭuṇṭ.
Amit—How is he?	അമിത് - അദ്ദേഹം	Amit - Avan
	എങ്ങനെ	Eṅṅaney
	യിരിക്കുന്നു ?	irikkunnu.
Yash—My	യാഷ് - എന്റെ	Yāṣ - Enṟe
brother? He is	സഹേദരൻ?	Sahōdaran, Ayāḷkk
very well. He	അയാൾക്ക്	Sukhaṃ Tanne
is busy in	സുഖം തന്നെ.	Avan Oru Nighaṇṭu
compiling a	അവൻ ഒരു	Uṇṭākkunna
classified	നിഘണ്ടു ഉണ്ടാ	Tirakkilāṇ.
dictionary.	ക്കുന്ന തിരക്കിലാണ്.	
Amit—How is	അമിത് - അമ്മാവൻ	Amit - Ammāvan
uncle?	സുഖം തന്നെ?	Sukhaṃ Tanne ?
Yash—Very well.	യാഷ് - സുഖം	Yāṣ : Sukhaṃ Tanne
Today he has	തന്നെ ഇന്നു	Innu Avan
gone to	അവൻ ബോംബ	Bōmbaykk Pōyi
Bombay.	യ്ക്ക് പോയിട്ടുണ്ട്	ṭuṇṭ.
Amit—How much	അമിത് - ഇനിയും	Amit - Iniyuṃ
work is to be	എത്ര ജോലി	Etra Jōli
done yet?	ചെയ്തു തീർക്കാനുണ്ട്?	Ceytu Tīrkkānuṇṭ?
Yash—The work	യാഷ് - ജോലി	Yāṣ - Jōli Ētāṇṭu
is almost done.	ഏതാണ്ടു തീർന്നു	Tīrnnu Kaẕiññu.
Only revision	കഴിഞ്ഞു. പുനഃ	Punaḥ pariśōdhana
is required.	പരിശോധന	Āvaśyamuṇṭ.
	ആവശ്യമുണ്ട്.	

Amit—Ask my	അമിത് - വിളിക്കു	Amit - Viḷikkuvān
father to ring me	വാൻ നാളെ	Nāḷe Kālatt
up tomorrow	കാലത്ത് ആറര	Āṟaramaṇikku
morning at	മണിക്കു	Paṟayuka.
half past six.	പറയുക.	
Yash—O.K. I shall	യാഷ് - ശരി,	Yāṣ : Śari, Ñān
tell him.	ഞാൻ പറയാം.	Paṟayāṃ.
[After concluding the talk]		
Subs—Hello!Sir,	വരി – സാർ, ഞാൻ	Vari - Sār, Saṃsār
my talk is	സംസാരിച്ചും	iccuṃ Kaẕiññu.
finished. Would	കഴിഞ്ഞു.	Cārjj Etrayāy
you kindly let	ചാർജ്ജ് എത്ര	Ennu Dayavāyi
me know the	യായെന്ന് ദയവായി	Paṟayāmō ?
charges?	പറയാമോ?	
Op—Rupees Sixty,	ഓപ്പ –അറുപതു	Ōppa -Aṟupatu
Sir.	രൂപ സാർ	Rūpa Sār.
Subs—Thank you.	വരി – നന്ദി	Vari - Nandi

(six, five, four, three*	* *ആറ്, അഞ്ച്, നാല്, മൂന്ന്*
+ *two not three six not six*	+ *ടൂ നോട്ട് ത്രീ സിക്സ് നോട്ട് സിക്സ്*
X one not not two	*X ഒൻ നോട്ട് നോട്ട് ടൂ)*

47TH STEP
നാൽപ്പത്തി ഏഴാമത്തെ ചുവട്

ABOUT A TRIP
ഒരു യാത്രയെ പറ്റി - Oru Yātraye Paṟṟi.

Abha—Puja, have ever been to Mahabalipuram?	അഭാ : പൂജാ എപ്പോഴെങ്കിലും നീ മഹാബലിപുരം പോയിട്ടുണ്ടോ?	Abhā : Pūjā Eppōẕeṅkilum Nī Mahābalipuraṃ Pōyiṭṭuṇṭō?
Puja—No, I could not spare my time for it.	പൂജാ : ഇല്ല, എനിക്ക് അതിന് എന്റെ സമയം ഒതുക്കു വാൻ കഴിഞ്ഞിട്ടില്ല.	Pūja : Illa, Enikk Atin Enṟe Samayaṃ Otukkuvān Kaẕiññiṭṭilla.
Abha—Just have a short trip. It enables you to witness a charming scenery.	അഭാ : വെറുതെ ലഘുയാത്ര നടത്തുക. പ്രകൃതിരമണീ യമയ ദൃശ്യങ്ങൾ കാണാൻ നിങ്ങൾ ക്കാവും.	Abhā : Veṟute Laghuyātra Naṭattuka. Prakṛtiramaṇī yamaya Dṛśyaṅṅa ḷkāṇān Niṅṅaḷkkāvuṃ.
Puja—O.K. I shall go for a short visit tomorraw with my father.	പൂജാ:ശരി, ഞാൻ നാളെ എന്റെ അച്ഛ ന്റെ കൂടെ ഒരു യാത്ര ചെയ്യും.	Pūja : Śari, Ñān Nāḷe Enṟe Acchanṟekūṭe oru Yātra Ceyyuṃ.
[The very next day Abha asks Puja]	തൊട്ടടുത്ത ദിവസം തന്നെ അഭാ പൂജയോട് ചോദിക്കുന്നു.	Toṭṭaṭutta Divasaṃ Tanne Abhā Pūjayōṭ Cōdikkunnu.
Abha—How did you like Mahabalipuram?	അഭാ : നിനക്കു മഹാബലിപുരം എത്ര ഇഷ്ടപ്പെട്ടു?	Abahā : Ninakku Mahābalipuraṃ Etra Iṣṭappeṭṭu?
Puja—It was really marvellous.	പൂജാ : അതു തികച്ചും മനോഹര മായിരുന്നു.	Pūjā : Atu Tikaccuṃ Manōhara māyirunnu.

Abha—Have you not visited the sculptures by the side of the sea-shore?	അഭാ : കടൽ തീരത്തെ ശിൽപ്പ ങ്ങൾ കണ്ടില്ലേ?	Abahā : Kaṭal Tīratte Śilppaṅṅaḷ Kaṇṭillē?
Puja—Indeed, I have, but I am not attracted to it by some religious faith.	പൂജാ : കണ്ടു, എന്നാൽ ഞാൻ അതിൽ പക്ഷേ ചില മത വിശ്വാസം മൂലം ആകർഷിക്കപ്പെട്ടില്ല.	Pūja : Kaṇṭu, Ennāl Ñān Atil Pakṣē Cila Mata Viśvāsaṃ Mūlaṃ Ākarṣikkappeṭṭilla.
Abha—Understand my point. You are a poet. Did you not see any work of art in the sculpture scattered around Maha-balipuram?	അഭാ:ഞാൻ പറഞ്ഞ തിന്റെഅർത്ഥം മന സ്സിക്കു നീ ഒരു കവി യാണ് മഹാബലി പുരം മുഴുവനും ചിതറികിടക്കുന്നു ശിൽപ്പങ്ങളിലെ കലാവിരുതു നീ കണ്ടോ?	Abahā : Ñān Paṟaññ atinṟe Artthaṃ Manassilāyō Nī Oru Kaviyāṇ Mahābalipuraṃ Muḻuvanuṃ Citaṟi Kiṭakkunnu Śilppaṅ ṅaḷileKali kālavirutu Nī Kaṇṭuvō.
Puja—There are certainly works of art and I appreciated them. I was really impressed.	പൂജാ:അവനിശ്ചയ മായു കലാവിരുതു തന്നെ. ഞാൻ അവയെ പ്രശംസി ക്കുന്നു. ഞാൻ തീർ ച്ചയായും അതിൽ വ്യാമുഗ്ധനായി	Pūjā : Ava Niścayamāyu Kalāvirutu Tanne. Ñān Avaye Praśaṃsikkunnu Ñān Tīrccayāyuṃ Atil Vyāmugdayāyi.
Abha—Apart from this, how did you enjoy the view of the sea?	അഭാ:അതിന് പുറമെ, കടൽ കാഴ്ചകൾ നീ എങ്ങനെ ആസ്വദിച്ചു?	Abahā : Atin Puṟame Kaṭal Kāḻcakaḷ Nī Eṅṅane Āsvadiccu?
Puja—I cannot express that in words. It was marvellous indeed!	പൂജാ : വാക്കു കളിൽ അവ വിവരി ക്കുവാൻ പ്രയാസം അതുതീർച്ചയായും വളരെ മനോഹര മായിരുന്നു.	Pūja : Vākkukaḷil Ava Vivarikkuvān Prayāsaṃ Atu Tīrccayāyuṃ Vaḷare Manō haramā yirikkunnu.

ABOUT A TOUR

ഒരു യാത്രയെ കുറിച്ച് (Oru Yātraye Kuṟicc)

Uma—Papa, you	അച്ഛാ രണ്ട് മാസ	Acchan Raṇṭ Māsa

have come back after two months. Please tell me, what places you have visited.	ത്തിനു ശേഷമാ ണല്ലോ നിങ്ങൾ മടങ്ങി വന്നിരിക്കു ന്നത് ഏതൊക്കെ സ്ഥലങ്ങളിലാണ് സന്ദർശിച്ചതെന്ന് പറയാമോ?	Ttinu Śēṣamā Ṇallā Niṅṅaḷ Maṭaṅṅi Vannirikku nnat Ētokke Sthalaṅṅaḷilāṇ Sandarśiccatenann Paṟayāmō ?
Papa— Come on my daughter. I am returning after touring throughout India.	അച്ഛ: പറയാം മകളേ, ഞാൻ ഭാരതം മുഴുവൻ ചുറ്റിക്കറങ്ങി യിട്ടാണ്വരുന്നത്.	Acchan: Paṟayāṃ Makaḷē, Ñān Bhāratam Muẓuvan Cuṟṟikkaraṅṅiyiṭṭāṇ Varunnat.
Uma—Papa, where did you go first?	ഉമ : അച്ഛനാദ്യം എവിടെയാണ് പോയത്?	Uma : Acchanādyaṃ Eviṭeyāṇ Pōyat ?
Papa—First of all, I went to Delhi. Delhi is the Capital of India.	അച്ഛ : ആദ്യം ഞാൻ ഡൽഹിക്ക് പോയി. ഡൽഹി ഭാരതത്തിന്റെ തലസ്ഥാന മാണല്ലോ.	Acchan : Ādyaṃ Ñān Ḍalhikk Pōyi. Bhāratattinṟe Talasthāna Māṇallō.
Uma—What did Entellāṃ Kaṇṭu?	ഉമ : ഡൽഹിയിലെ you see in	Uma : Ḍalhiyil തെല്ലാം കണ്ടു? Delhi?
Papa—In Old Delhi I saw the Red Fort. I visited the Central Secretariat, the Birla Mandir and the Qutub Minar in New Delhi.	അച്ഛ : പഴയ ഡൽഹിയിൽ ഞാൻ ചെങ്കോട്ട കണ്ടു. പുതിയ ഡൽഹിയിൽ കേന്ദ്ര സെക്രട്ടറിയേറ്റ്, ബിർലാ മന്ദിരം കുത്തബ് മിനൽ എന്നിവയും ഞാൻ കണ്ടു.	Acchan : Paẓaya Ḍalhiyil Ñān Ceṅkōṭṭa Kaṇṭu. Putu Ḍalhiyil Kēndra Sekraṭṭaṟiyeṟṟ, Birḷā Mandiraṃ, Kuttab Minār Ennivayuṃ Ñān Kaṇṭu.
Uma—Where did you go afterward?	ഉമ : അതിനുശേഷം എവിടെയൊക്കെ പോയി?	Uma : Atinuśēṣaṃ Eviṭeyokke Pōyi.?
Papa—After that I went to Bom- bay. Bombay	അച്ഛ: പിന്നീട് ഞാൻ ബോംബെയ്ക്ക് പോയി അത് ഭാരത	Acchan : Pinnīṭ Ñān Bōmbekk Pōyi. At Bhāratattile Ēṟṟavuṃ

is the biggest port of India.	ത്തിലെ ഏറ്റവും വലിയ തുറ മുഖമാണ്.	Valiya Tuṟamukhamāṇ.
Uma—Then you must have seen the sea and big ships also.	ഉമ : കടലും വലിയ വലിയ കപ്പലുകളും കണ്ടു കാണുമല്ലോ.	Uma: Kaṭaluṃ Valiya Kappalukaḷuṃ Kaṇṭukāṇumallē.
Papa—Yes, I have seen many ships.	അച്ഛ : അതെ, ഞാനൊരുപാട് കപ്പലുകൾ കണ്ടു	Acchan : Ate Ñān Orupāṭ Kappalukaḷ Kaṇṭu.
Uma—Papa, did you not go to Agra?	ഉമ : അച്ഛൻ ആഗ്ര യിൽപോയില്ലേ?	Uma : Acchan Āgrayil Pōyillē?
Papa—Oh yes, I went to Agra also and visited the Taj, and dropped at Mathura too, for a day.	അച്ഛ: അതെ, ഞാൻ ആഗ്രയിൽ പോയിരുന്നു ഒരു ദിവസംകൊണ്ട് ഞാൻ മധുരക്കും പോയി.	Acchan : Ate Ñān Āgrayil Pōyirunnu. Oru Divasaṃ Koṇṭ Ñān Madhuraykkuṃ Pōyi.
Uma—Will you please point out on the map the places you visited, papa?	ഉമ : അച്ഛാ നിങ്ങൾ കണ്ടസ്ഥലങ്ങ ളെല്ലാം മേപ്പിൽ കാണിച്ചുതരാമോ?	Uma : Acchā Niṅṅaḷ Kaṇṭa Sthaḷaṅṅaḷeyellāṃ Mēppil Kāṇiccu Tarāmō.?
Papa—Why not, my child, bring the map. I will show you everything.	അച്ഛ:തീർച്ചയായും, നീ മേപ്പു കൊണ്ടുവാ ഞാൻ എല്ലാം കാണിച്ചുതരാം.	Acchan : Tīrccayāyuṃ Nī Mēpp Koṇṭuvā Ñān Ellāṃ Kāṇiccu Tarāṃ.
Uma—Thank you Papa.	ഉമ : അച്ഛാ നന്ദി, ഞാനെന്റെ സഹ പാഠി സത്യകത്തോ ടൊപ്പം വരാം.	Uma : Acchā Nandi Ñānṟe Sahapāṭi Satyakattōṭoppaṃ Varāṃ.
Papa—O.K. my child.	അച്ഛ: ശരി, അങ്ങ നെയാകട്ടെ, കുട്ടീ.	Acchan : Śari Aṅṅaneyākaṭṭe Kuṭṭī.

48TH STEP നാൽപ്പത്തി എട്ടാമത്തെ ചുവട്

THE VILLAGER & THE URBANITE

ഗ്രാമ വാസിയും പട്ടണവാസിയും

Grāmavāsiyuṃ Paṭṭaṇavāsiyuṃ.

Urbaninte—	നഗരവാസി : നീ	Nagaravāsi : Nī
How are you!	എങ്ങനെയിരിക്കുന്നു?	Eṅṅaneyirikkunnu
I am seeing you	വളരെ നാളുകൾക്ക്	Vaḷare Nāḷukaḷkk
after a very	ശേഷമാണ് ഞാൻ	Śēṣamāṇ Ñān Ninne
long time.	നിന്നെ കാണുന്നത്	Kāṇunnat.
Villager —Yes	ഗ്രാമവാസി : അതെ	Grāmavāsi : Ate
friend, I have	സുഹൃത്തേ, ഞാൻ	Suhṛttē, Ñān Oru
come here on	ഒരു പ്രത്യേക കാര്യ	Pratyēka
a particular	ത്തിനായി ഇവിടെ	Kāryattināyi Iviṭe
business and	വന്നതാണ്, ഇന്നു	Vannatāṇ Innu Rātri
will return back	രാത്രി തിരിച്ചു	Tiriccu Pōkuṃ.
this night.	പോകും.	
Urbanite—Why	നഗരവാസി : എന്തേ	Nagaravāsi : Entē Itra
so soon? Do you	ഇത്ര പെട്ടെന്ന് പട്ടണ	Peṭṭenn Paṭṭaṇattil
hesitate to stay	ത്തിൽ താമസിക്കു	Tāmasikkuvāṇ
in towns?	വാൻ ഇഷ്ട	Iṣṭakēṭuṇṭō?
	കേടുണ്ടോ?	
Villager—Yes	ഗ്രാമവാസി : ഉണ്ട്	Grāmavāsi : Unte
gentleman, I	എനിക്കു പട്ടണം	Enikku patanaṃ
don't like town	ഇഷ്ടമല്ല. അവിട	Iṣṭamalla Aviṭatte
at all. I do not	ത്തെ വൃത്തികെട്ട	Vṛttikeṭṭa
find any pleasure	അന്തരീക്ഷത്തിൽ	Antarīkṣathil
in the filthy	ഒച്ചപ്പാടും തിരക്കും	Occappāṭuṃ
atmosphere	എന്നെ അലോസര	Tirakkuṃ Illāte
of the towns.	പ്പെടുത്തുന്നു.	Eṅṅane
Hustle and bustle		Āsvadikkāṃ.
irritates me.		
Urbanite —	നഗര : ആശ്ചര്യം,	Nagar: Āścaryaṃ
Wonder! How	തന്നെ ജീവിതം ഒച്ച	Tanne Jīvitaṃ Occa
can you enjoy	പാടും തിരക്കും	Pāṭuṃ Tirakkuṃ

life without hustle	ഇല്ലാതെ എങ്ങനെ	Illāte Eṅṅane a n d
bustle? I	ആസ്വദിക്കാം.	Āsvadikkāṃ
would not bear	എനിക്കു ഗ്രാമ	Enikku Grāmat h e
calmness and	ത്തിന്റെ ശാന്തതയും	ttinṟe Śāntatayuṃ.
silence of the	നിശബ്ദവും സഹി	Niśabdavuṃ Sahi
village. It would	ക്കുവാൻ പറ്റില്ല്	Kkuvān Paṟṟill
make me mad.	എന്നെ അതു ഭ്രാന്തു	Enne Atu Bhrāntu
	പിടിപ്പിക്കും.	Piṭippikkuṃ.
Villager—Every-	ഗ്രാമവാസി : എല്ലാം	Grāmavāsi : Ellāṃ
man has his own	മനുഷ്യനും അവന്റെ	Manuṣyanuṃattitude,
but I much	അഭിപ്രായം ഉണ്ട്	Avanṟe Abhiprāyaṃ
love the rural	എന്നാൽ ഞാൻ	Uṇṭ Ennāl Ñān
beauty.	ഗ്രാമം സൗന്ദര്യം	garamam
	ആസ്വദിക്കുന്നു.	Saundaryaṃ
		Āsvadikkunnu.
Urbanite—Are	നഗരവാസി :	Nagaravāsi :
you getting	ആധുനിക കാലത്തെ	Ādhunika Kālatte
something of	എന്തെങ്കിലും	Enteṅkiluṃ
this modern age	കശ്യൺ നിങ്ങളുടെ	Kaśyaṇ Niṅṅaḷuṭe
in your village?	ഗ്രാമത്തിൽ	Grāmattil
	കിട്ടുന്നുണ്ടോ?	Kiṭṭunnuṇṭō.?
Villager—The	ഗ്രാമവാസി :	Grāmavāsi :
thing which	ഗ്രാമത്തിൽ	Grāmattil Kiṭṭunnat
can be got	കിട്ടുന്നത് ഒരിക്കലും	Orikkaluṃ
in the village can	പട്ടണത്തിൽ	Paṭṭaṇattil
never be got	ലഭിക്കില്ല.	Labhikkilla.
in the town.		
Urbanite—Oh!	നഗരവാസി : ഓ,	Nagarattil : Ō Ninakk
Do you want to	നിനക്ക് നിശബ്ദമായ	Niśabdamāya live
in quiet	അന്തരീഷത്തിൽതന്നെ	Antarīkṣattil Tanne
atmosphere	ജീവിക്കണോ:	Jīvikkaṇō.
alone? Will your	സിനിമ, കായിക	Sinima,Kaḷikavi
life not be dull	വിനോദങ്ങൾ, മററും	notagal Maṟṟuṃ
without cinema,	സാമൂഹിക	Sāmūhikapravaritha
sports and other	പ്രവർത്തനങ്ങൾ	nangal
social activities?	നിങ്ങളുടെ ജീവിതം	Niṅṅaḷuṭe Jīvitaṃ
	നിറം കെട്ടു പോകില്ല.	Niṟaṃ Keṭṭu Pōkilla.
Villager—I think	ഗ്രാമവാസി:അതാണ്	Grāmavāsi : Atāṇ
that will be	കൂടിമെച്ചമെന്ന്,പട്ടണം	Kūṭimeccamenn,
much better.	തീർച്ചയ്ക്കും മനുഷ്യ	Paṭṭaṇaṃ Tīrccay
Of course the	ജീവനെ തന്നെ ഒരു	kkuṃ Manuṣya
town had made	യന്ത്രമാക്കിയിട്ടുണ്ട്.	Jīvane Tanne Oru

the human life machine.		Yantramākki a Kkiyiṭṭuṇṭ.
Urbanite—But can a nation prosper without its great cities?	നഗരവാസി : പക്ഷെ ഒരു മഹാനഗര ങ്ങൾ ഇല്ലാതെ രാജ്യത്ത് അഭിവൃദ്ധി ഉണ്ടാകുമോ?	Nagaravāsi : Pakṣe Oru Mahā Nagaraṅṅaḷ Illāte Rājyatt Abhivṛddhi Uṇṭākumō?
Villager—But never forget that the foundation of our nation really lies on its village. Without the improvement of the village, the nation cannot progress.	ഗ്രാമവാസി: പക്ഷെ നമ്മുടെ നാടിന്റെ യഥാർത്ഥത്തിൽ അടിത്തറ ഗ്രാമ ങ്ങളിൽ കിടക്കുന്നു. എന്നത് ഒരിക്കലും മറന്നുകൂട ഗ്രാമവി വികസനമില്ലാതെ രാജ്യത്തിന് പുരോഗ മിക്കാനാവില്ല	Grāmavāsi : Pakṣe Nammuṭe NāṭinṟeYathār tthattil Aṭittaṟa Grāmaṅṅaḷil Kiṭakkunnu. Ennat Orikkaluṃ Maṟannukūṭa Grāmavinnaḷuṭe Rājyattin Purōga Mikkānāvilla.
Urbanite—I admit it, but I don't think of leaving the cities.	നഗരവാസി : ഞാൻ അതു സമ്മതിക്കുന്നു. എന്നാലും ഞാൻ നഗരം വിടുന്നതിനെ കുറിച്ച് ചിന്തിക്കു ന്നില്ല.	Nagaravāsi : Ñān Atu Sammatikkunnu. Ennāluṃ Ñān Nagaraṃ Viṭunnatine Kuṟicc Cintikkunnilla.
Villager—Thank you for the pleasant talk. Now I am in a hurry. We shall talk again whenever we find time. Good bye.	ഗ്രാമവാസി : നല്ല വാക്കുകൾക്ക് നന്ദി. ഞാൻ ഇപ്പോൾ ധൃതിയിലാണ്. സമയം കിട്ടുമ്പോൾ വീണ്ടും നമുക്ക് സംസാരിക്കാം സലാം.	Grāmavāsi : Nalla Vākkukaḷkk Nandi. Ñān Ippōḷ Dhṛtiyilāṇ. Samayaṃ Kiṭṭunpōḷ Vīṇṭuṃ Namukk Saṃsārikkāṃ. Salāṃ.
Urbanite—Bye- bye see you again.	നഗരവാസി : വീണ്ടും കാണാം വിട.	Nagaravāsi : Vīṇṭuṃ Kāṇāṃ Viṭa.

49TH STEP നാൽപ്പത്തി ഒൻപതാമത്തെ ചുവട്

THE DOCTOR & THE PATIENT

ഡോക്ടറും രോഗിയും
Ḍōkṭaruṃ Rōgiyuṃ

Patient—Good morning, doctor! Can you spare me a few minutes?	രോഗി : നമസ്ക്കാരം ഡോക്ടർ. കുറച്ച് നിമിഷങ്ങൾ എനിക്കായി ചിലവഴിക്കാമോ?	Rōgi : Namaskkāraṃ Ḍōkṭar. Kuṟacc Nimiṣaṅṅaḷ Enikkāyi Cilavaẕikkāmō?
Doctor—Why not? Sit down... Now, tell me what is wrong with you?	വൈദ്യൻ : എന്തു കൊണ്ടില്ല? ഇരിക്കു പറയു നിങ്ങൾക്ക് എന്താണ് കുഴപ്പം?	Vaidyan : Entu Koṇṭilla? Irikku Ippōḷ ? Paṟayu Niṅṅaḷkk Entāṇu Kuẕappaṃ?
Patient—I have lost my appetite. I am always suffering from indigestion. And what is worse, I cannot sleep well at night.	രോഗി : എനിക്ക് ആഹാരത്തോട് താല്പര്യമില്ല എപ്പോഴും ഞാൻ ദഹനകേടിനാൽ കഷ്ടപ്പെടുന്നു. മോശമായ കാര്യം ഞാൻ രാത്രി ഉറക്കമില്ലാ ത്തതാണതിലും കഷ്ടം	Rōgi : Enikk Āhārattōṭ Tālparyamilla Eppōẕuṃ Ñān Dahanakēṭināl Kaṣṭappeṭunnu. Mōśamāya Kāryaṃ Ñān Rātri Uṟakkamillātta tāṇatiluṃ Kaṣṭaṃ
Doctor—I see. What are you?	വൈദ്യൻ : അങ്ങ നെയോ നിങ്ങൾ എന്തു ചെയ്യുന്നു?	Vaidyan : Aṅṅaneyō Niṅṅaḷ Entu Ceyyunnu?
Patient—I am a senior proof reader in a well established printing press.	രോഗി : ഞാൻ ഒരു അച്ചടി ശാലയിൽ സീനിയർ പ്രൂഫ് റീഡറായി ജോലി ചെയ്യുന്നു. വളരെ	Rōgi : Ñān Oru Accaṭi Śālayil Sīniyar Phrūph Ṟīḍaṟāyi Jōli Ceyyunnu.

I have to work long hours on my seat.	യധികം സമയം ഞാൻ എന്റെ കസേരയിൽ ഇരുന്ന് ജോലി ചെയ്യേണ്ടതുണ്ട്.	Vaḷareyadhikaṃ Samayaṃ Ñān Enṟe Kasērayil Irunn Jōli Ceyyēṇṭatuṇṭ.
Doctor—Are you habitual of evening walk?	വൈദ്യൻ : വൈകുന്നേരം നടക്കുവാൻ പോകുന്ന ശീലം ഉണ്ടോ?	Daivyan : Vaikunnēraṃ Naṭakkuvān Pōkunna Śīlaṃ Uṇṭā?
Patient—No doctor, I do not go for a walk in the evening. I feel very tired when I get home, I simply take my food and go to bed.	രോഗി : ഇല്ല ഡോക്ടർ ഞാൻ വൈകുന്നേരം നടക്കുവാൻ പോകാറില്ല ഞാൻ വീട്ടിൽ എത്തുമ്പോൾ വളരെയധികം ക്ഷീണം തോന്നുന്നു. ഞാൻ ആഹാരം കഴിച്ചിട്ട് ഉടനെ കിടക്കാൻ പോകും.	Rōgi : Illa Ḍōkṭar Ñān Vaikunnēraṃ Naṭakkuvān Pōkāṟilla Ñān Vīṭṭil Ettunpōḷ Vaḷareyadhikaṃ Kṣīṇaṃ Tōnnunnu. Ñān Āhāraṃ Kaẓicciṭṭ Uṭane Kiṭakkān Pōkuṃ.
Doctor—As I think, your troubles are due to your indisciplined life. Take a rest and do proper physical labour.	വൈദ്യൻ : നിങ്ങളുടെ പ്രയാസങ്ങൾ എല്ലാം നിങ്ങളുടെ ക്രമം തെറ്റിയ ജീവിത രീതി കൊണ്ടാണെന്ന് ഞാൻ കരുതുന്നു. നല്ല വിശ്രമം എടുത്ത് ശാരീരികമായ ജോലികൾ ചെയ്യുക.	Vaidyan : Niṅṅaḷuṭe Prayāsaṅṅaḷ Ellāṃ Niṅṅaḷuṭe Kramaṃ Teṟṟiya Jīvita Rīti koṇṭāṇennu Ñān Karutunnu. Nalla Viśramaṃ Eṭutt Śārīrikamāya Jōlikaḷ Ceyyuka.
Patient—I agree with you. I could not get any leave for a long time.	രോഗി : നിങ്ങൾ പറഞ്ഞതുശരിയാണ് എനിക്ക് വളരെ കാലമായി ഒരു അവധി പോലും ലഭിച്ചില്ല.	Rōgi : Niṅṅaḷ Paṟaññatuśariyāṇ Enikk Vaḷare Kālamāyi Oru Avadhipōluṃ Labhiccilla.
Doctor—Well. I advise you to go to the country-side for some Rest in the open air, keeping the	വൈദ്യൻ : കുറച്ചു നാൾ നാട്ടിൻ പുറത്ത് പോയി തുറന്ന അന്തരീക്ഷത്തിൽ വിശ്രമിക്കുകയും വാതിലുകൾ തുറന്നു വയ്ക്കുകയുംചെയ്യുക	Vaidyan : Kuṟaccu Nāḷ Nāṭṭin Puṟatt Pōyi Tuṟanna Antarīkṣattil Viśramikkukayuṃ Vātilukaḷ Tuṟannu Vaykkukayuñ

open.	ഇതാണ് നിങ്ങൾക്ക് നല്കാനുള്ള എന്റെ ഉപദേശം	ceyyuka Nalkānuḷḷa Enṟe Upadēśaṃ
Take a walk in the morning evening. Improve your diet. Be regular in rest and sleep.	രാവിലെയും വൈകുന്നേരവും നടക്കുവാൻ പോകണം. ആഹാരം നന്നായി കഴിക്കുക. വിശ്രമത്തിലും ഉറക്കത്തിലും ക്രമം പാലിക്കുക.	Rāvileyuṃ Vaikunnēravuṃ Naṭakkuvān Pōkaṇaṃ. Āhāraṃ Nannāyi Kaẕikkuka. Viśrama ttiluṃ Uṟakkattiluṃ Kramaṃ Pālikkuka
I think by following these instructions you will be all right in a very short period.	ഇതു ചെയ്താൽ നിങ്ങൾക്ക് ഏതാനും ദിവസങ്ങൾക്കുള്ളിൽ തന്നെ എല്ലാഭേദമാക്കുമെന്നാണ് ഞാൻ കരുതുന്നത്	Itu Ceytāl Niṅṅaḷkk Ētānuṃ . Divasaṅṅaḷkkuḷḷil Tanne Ellābhē damāk kumennāṇ Ñān Karutunnat.
Patient—Thank you, doctor! I shall follow your instructions positively. Thanks!	രോഗി : നന്ദി, ഡോക്ടർ ഞാൻ നിങ്ങളുടെ നിർദ്ദേശങ്ങൾ ശരിക്കും അനുസരിക്കാം നന്ദി !	Rōgi : Nandi, Ḍōkṭar Ñān Niṅṅaḷuṭe Nirddēśaṃ Śarikkuṃ Anusarikkāṃ Nandi
Doctor—Please visit me after ten days. I think you will improve.	വൈദ്യൻ :ദയവായി എന്നെ പത്തു ദിവസം കഴിഞ്ഞ്വന്ന് കാണുക.നിങ്ങൾ ഭേദപ്പെടുമെന്ന് ഞാൻ കരുതുന്നു.	Vaidyan: Dayavāyi Enne Pattu Divasaṃ Kaẕiññ Niṅṅaḷkk Bhēdap peṭumenn Ñān Karutunnu.

•••

50TH STEP അമ്പതാം ചുവട്

SELF-INTRODUCTION

സ്വയ മുഖവുര.

1.My name is Shahnaz.	എന്റെ പേര് ഷാനാസ്.	Enṟe Pēr Ṣānāss.
2.I am an Indian and I live in Pune.	ഞാൻ ഒരു ഇന്ത്യ ക്കാരനാണ പൂന യിലാണ്താമസം.	Ñān Oru Intya kkāranāṇ. Pūnayilāṇtāmasaṃ.
3.I have just completed B.A.	ഞാൻ ബി.എ. ബിരുദം പൂർത്തിയാക്കി.	Ñān Bi.E.Birudaṃ Pūrttiyākki.
4.I am a virgin.	ഞാൻ ഒരു കന്യകയാണ്	Ñān Oru Kanyakayāṇ.
5.I am a student and studying in 10th class.	ഞാൻ ഒരു വിദ്യാർത്ഥിയാണ് പത്താം ക്ലാസ്സിൽ പഠിക്കുന്നു	Ñān Oru Vidyārtthiyāṇ Pattāṅklāssil Paṭhikkunnu.
6.My father is senior officer in P.M.T.	എന്റെ അച്ഛൻ പി.എം. ടിയിൽ ഒരു ഉയർന്ന ഉദ്യോഗസ്ഥനാണ്	Enṟe Acchan Pi.Eṃ. Ṭi.Yil Ṭiyil Oru Uyarnna Udyōgasthanāṇ
7.I have two brothers and three sisters.	എനിക്ക് രണ്ടു സഹോദന്മാരും മൂന്നു സഹോദരി മാരും ഉണ്ട്.	Enikk Raṇṭu Sahōdanmāruṃ Mūnnu Sahōdari māruṃ Uṇṭ.
8.My elder brother is an engineer.	എന്റെ മൂത്ത സഹോദരൻ ഒരു എഞ്ചിനീയറാണ്.	Enṟe Mūtta Sahōdaran Oru Eñcinīyaṟāṇ.
9.My younger brother is kind hearted.	എന്റെ ഇളയ സഹോദരൻ ഒരു ഹൃദയാലുവാണ്.	Enṟe Iḷaya Sahōdaran Oru . Hṛdayāluvāṇ
10.Minaz, Gulnar and Minr Dilshad are my younger	മിനാസ്സ്, ഗുൽനാദും മറ്റും ദിൽഷാദും എന്റെ ഇളയ സഹോദരി	Minās, Gulnāduṃ Maṟṟuṃ Dilṣāduṃ Enṟe Iḷaya Sahōdaran

sisters.	ന്മാരാണ്.mārāṇ.	
11.They are more intelligent than me.	അവർ എന്നെക്കാളും ബുദ്ധിശാലികളാണ്	Avar Ennekkāḷuṃ. Buddhiśālikaḷāṇ
12.My aim in life is to be a scientist.	എന്റെ ജീവിത ലക്ഷ്യം ഒരു ശാസ്ത്രജ്ഞൻ ആകണമെന്നാണ്	Enṟe Jīvita Lakṣyaṃ Oru Śāstrajñan Ākaṇamennāṇ
13.I go to school by bicycle.	ഞാൻപള്ളികൂടത്തിൽസൈക്കിളിലാണ് പോകാറ്.	Ñān Paḷḷikūṭattil Saikkiḷil Pōkāṟ
14.I get up somewhat late in the morning.	ഞാൻകാലത്ത് കുറച്ച് താമസിച്ചാണ് എഴുന്നേൽക്കാറ്.	Ñān Lāṇ Kālatt Kuracc Tāmasi. ccāṇ Eẓunnēlkkāṟ.
15.I know, this is a bad habit.	എനിക്ക് അറിയാം ഇതു ദുശീലമാണ്.	Enikk Aṟiyāṃ Itu Duśīlamāṇ.
16.I am ashamed of it.	അക്കാര്യത്തിൽ ഞാൻലജ്ജിക്കുന്നു.	Akkāryattil Ñān Lajjikkunnu.
17.Really, I am helpless.	തീർച്ചയായും ഞാൻ നിസ്സഹായനാണ്	Tīrccayāyuṃ Ñān Nissahāyanāṇ
18.I intend to improve my habit	എന്റെ ശീലം മാറ്റാൻ ഞാൻ ആഗ്രഹിക്കുന്നു.	Enṟe Śīlaṃ Māṟṟān Ñān Āgrahikkunnu.
19.I hope, I will overpower it.	അതിനെ ഞാൻ അതിജീവിക്കുമെന്നാണ് എന്റെ പ്രതീക്ഷ	Atine Ñān Atijīvikku mennāṇ Enṟe Pratīkṣa
20.I seek the help of my family karmaiṅmemb er to eradicate this bad habit.	ഈ ദുശീലം ഇല്ലാതാക്കാൻ ഞാനെന്റെ കുടുംബാംഗങ്ങളുടെ സഹായം തേടുന്നു.	Ī Duśīlaṃ Illātākkān Ñānenṟe Kuṭum bāṅgaṅṅaḷuṭe Sahāyaṃ Tēṭunnu.
21.I take a bath and thank God for his grace.	ഞാൻ കുളിച്ചിട്ട് ദൈവാനുഗ്രഹത്തിന് നന്ദി പറയുന്നു.	Ñān Kuḷiccitt Daivānugrahatinu Nandi Parayunnu,
22.I have some pen friends too.	എനിക്ക് ചില തൂലിക മിത്രങ്ങളും ഉണ്ട്.	Enikk Cila Tūlika Mitraṅṅaḷuṃ Uṇṭ.
23.I write to them now and then.	വല്ലപ്പോഴുംഞാൻ അവർക്ക് എഴുതാറുണ്ട്.	Vallappōẓuṃ Ñān Avarkk Eẓutāṟuṇṭ.
24.I respect my elders and love those who are younger.	ഞാൻ മൂത്തവരെ ബഹുമാനിക്കുന്നു, ഇളയവരെ സ്നേഹിക്കുന്നു	Ñān Mūttavare bhumānikkunnu Iḷayavare. Snēhikkunnu
25.My mother-	എന്റെ മാതൃ ഭാഷ	Enṟe Mātṛbhāṣa

tongue is Marathi, ERE also.	മറാത്തി, എന്നാൽ എനിക്ക് ഹിന്ദിയും. അറിയാം	Marātti, Ennāl Enikk Hindiyuṃ Aṟiyāṃ.
26.I shall stay in Delhifor two days more.	ഞാൻ രണ്ടു ദിവസം കൂടി ഡൽഹിയിൽ താമസിക്കും.	Ñān Raṇṭu Divasaṃ. Kūṭi Ḍalhiyi tamasikkuṃ
27.I will visit Red Qutab Minar, Jama Masjid, Dargah-e-Niza- muddin and Birla Mandir.	ഞാൻചുവന്ന കോട്ട,കുതമ്പ് മീനാർ,ദർഗ്ഗാ ജാമാമസ്സ്ജിദ. ഇ–നിസ്സാമുദി ബിർളാമന്ദിരം എന്നിവ സന്ദർശിക്കും	Ñān Cuvannakōṭṭa Kutanpmīnār Jāmāmassjid, Darggā - Nissāmudi Birḷā. Mandiraṃ Enniva Sandarśikkuṃ
28. First of all, I am an Indian. I love all my countrymen.	എല്ലാറ്റിലും മേലെ ഞാൻ ഒരുഇന്ത്യാക്കാരനാണ്. ഞാൻ എല്ലാ ഇന്ത്യാ ക്കാരേയുംസേന്ഹി ക്കുന്നു.	Ellāṟṟiluṃ Mēle Ñān Oru Intyakkāranāṇ ÑānEllā Intyakkārēyuṃ Sēnhikkunnu
29. I want to be a useful citizen of my nation	നാടിന് ഒരു പ്രയോജനമുള്ള പൗരനായിരിക്കു വാൻ ആഗ്രഹിക്കുന്നു	Nāṭin Oru Prayōjanamuḷḷa Pauranāyirikkuvān Āgrahikkunnu.
30. I shall go to England for furt her studiesthis . year	ഞാൻ അധികം പഠിക്കേണ്ടതി നായി ഇംഗ്ലണ്ടി ലേക്ക് പോകുന്നു	Ñān Adhikaṃ Paṭhikkēṇṭa tināyi Iṃglaṇṭilēkk Pōkunnu.
31.I don't believe in formality.	ഞാൻഉപചാര ങ്ങളിൽവിശ്വസിക്കുന്നില്ല	Ñān Upacāraṅṅaḷil Viśvasikkunnilla.
32.I cordially thank you very for your hospitality.	നിങ്ങളുടെ ആതിഥേയ ത്വത്തിൽ വളരെനന്ദി	Niṅṅaḷuṭe Ātithēyatvattil Vaḷare Nandi.
33. Finally, I hope youwill over look my faults.	അവസാനമായി എന്റെവീഴ്ചകൾ നിങ്ങൾ വിഗണിക്കുമെന്ന് ഞങ്ങൾ പ്രതീക്ഷിക്കുന്നു.	Avasānamāyi Enṟe Vīḻcakaḷ Niṅṅaḷ Vigaṇikkumenn Ñaṅṅaḷ Ptīkṣikunnu
34. I wish to be always sincere to everyone	ഞാൻ എല്ലാവരോ ടുംആത്മാർത്ഥത യുള്ളവനായിരിക്കുവാൻ ആഗ്രഹിക്കുന്നു	Ñān Ellāvarōṭuṃ Ātmārtthatayuḷḷ avanāyirikkuvān Āgrahikkunnu.

APPENDIX
IDIOMS & PROVERS
ശൈലികളും /പഴഞ്ചൊല്ലുകളും
(Śailikaḷuṃ /Pazhañcollukaḷuṃ)

IDIOMS *ശൈലികൾ (Śailikaḷ)*

1. The only support ഏകാശ്രയം Ēkāśrayaṃ
(കുടുംബത്തിന്റെ ഏകാശ്രയം ഞാനാണ്)
2. Idiot. നിരക്ഷരകുക്ഷി Nirakṣarakukṣi.
(മധു ഒരു നിരക്ഷരകുക്ഷിയണ്)
3. To be fooled വിഡ്ഢിയാകുക Viḍḍiyākuka.
(ആളുകളെ വിഡ്ഢികളാക്കിക്കൊണ്ട് ഞാൻ കടന്നു കളഞ്ഞു.)
4. To do self-praise. സ്വയം പുകഴ്ത്തുക Svayaṃ Pukazttuka.
(സ്വയം പുകഴ്ത്തുന്ന ശീലം സൗഹൃദം നശിപ്പിക്കും.)
5. To give a warm welcome. പരവതാനി വിരിക്കുക. Paravatāni Virikkuka.
(ബഹുരാഷ്ട്ര കമ്പനികളെ ഇന്ത്യ പരവതാനി വിരിക്കുന്നു.)
6. Very lovely. കണ്ണുലുണ്ണി. Kaṇṇiluṇṇi.
(ഗ്രാമത്തിന്റെ കണ്ണിലുണ്ണിയാണ് ദാമു.)
7. Eye-sore. കണ്ണിലെ പുണ്ണ് Kaṇṇile Puṇṇ.i
(അക്കാര്യം അയൾക്ക് കണ്ണിലെ പുണ്ണായിരുന്നു.)
8. A world a difference. ഭഗീരഥ പ്രയത്നം. Bhagīratha Prayatnaṃ
(നദികളെത്തമ്മിൽ കൂട്ടിയോജിപ്പിക്കുന്നത് ഒരു ഭഗീരഥ പ്രയത്നമാണ്.)
9. A wolf in sheep's clothing ആട്ടിൻതോല-ണിഞ്ഞ ചെന്നായ Āṭṭintōlaṇiñña Cennāya.
(ചില രാഷ്ട്രീയക്കാർ ആട്ടിൻ തോലണിഞ്ഞ ചെന്നായയെ പോലിരിക്കും.)
10. To destroy completely തവിടു പൊടിയാക്കുക Taviṭu Poṭiyākkuka.
(ശത്രുക്കളുടെ നീക്കങ്ങൾ അവർ തവിടുപൊടിയാക്കി.)
11. Rare visits. അത്തിപൂത്തപോലെ Attipūttapōle.
(അത്തിപ്പൂ പൂത്തപോലെയാണ് രാഘവൻ വീട്ടിലെത്തുന്നത്.)
12. To find fault. വിരൽ ചൂണ്ടുക Viralcūṇṭuka.
(തിന്മകൾക്കെതിരെ വിരൽ ചൂണ്ടുന്നവരാണ് യഥാർത്ഥ പൗരൻ.)
13. To carry coal to Newcastle കൊല്ലക്കുടിയിൽ സൂചി വില്ക്കുക Kollakkuṭiyil Sūcivilkkuka.
(നീന്തൽ താരത്തിന്റെ കുട്ടികളെ നീൻൽ പഠിപ്പിക്കാൻ ശ്രമിക്കുന്നത് കൊല്ലക്കുടിയിൽ സൂചി വിൽക്കുന്നത് പോലയാണ്.)
14. A little difference. കടുകിടെ വ്യത്യാസം. Kaṭukiṭe Vyatyāsaṃ.
(കടുകിടെ വ്യത്യാസത്തിനാണോ അവൻ ജയിച്ചത്?)
15. To treat good and bad in the same way. ഒരേ തട്ടിൽ കാണുക. Orē Taṭṭil Kāṇuka
(ജനങ്ങളെ ഒരേ തട്ടിൽ കാണുന്നതാണ് നല്ല ഭരണ കർത്താകൾ.)
16. To work hard. എല്ലുമുറിയെ ജോലി ചെയ്യുക. Ellu Muṛiye Jōliceyyuka
(എല്ലു മുറിയ ജോലി ചെയ്താൽ പല്ലു മുറിയ തിന്നാം.)

17. Dummy ഒന്നിനും കൊള്ളാത്തത് Onninuṃ Koḷḷāttat.
(ഒന്നിനും കൊള്ളാതെ ജീവിക്കുക എന്നത് ഒരു ശാപമാണ്.)

18. An easy job. നിഷ്പ്രയാസം. Niṣprayāsaṃ.
(അവൻ നിഷ്പ്രയാസം കാര്യം നേടി.)

19. To die in the battle-field വീരമൃത്യു. Vīramṛtyu.
(പട്ടാളകാരൻ വീരമൃത്യൂ വരിച്ചു.)

20. To rip up old sores പഴംപുണ്ണിൽ കുത്തിവലിക്കുക. Paẕampuṇṇil Kuttivalikkuka.
(അയാളുടെ പ്രവർത്തികൾ പഴംപുണ്ണിൽ കുത്തി വെയ്ക്കുന്നത് പോലെ ക്രൂരമായിരുന്നു.)

21. To show great pleasure. ആഡംബര ജീവിതം. Āḍambara Jīvitaṃ.
(ആളുകൾ ഇക്കാലത്തിൽ ആഡംബര ജീവിതം ഇഷ്ടപ്പെടുന്നു.)

22. To add injuries to the wounds. മുറിവിൽ ഉപ്പുതേക്കുക. Muṟivil. Upputēkkuka.
(അവന്റെ വാക്കുകൾ മുറിവിൽ ഉപ്പ് തേയ്ക്കുന്നത് പോലെ ക്രൂരമായിരുന്നു.)

23. To take to one's heels. ജീവനും കൊണ്ടോടുക. Jīvanuṃ Koṇṭōṭuka
(പുലിയെ കണ്ട ദിലീപ് ജീവനും കൊണ്ട് ഓടി.)

24. To die. അന്ത്യശ്വാസം വലിക്കുക Antyaśvāsaṃ Valikkuka
(പ്രസംഗിച്ചു കൊണ്ടിരിക്കുമ്പോൾ അദ്ദേഹം അന്ത്യ ശ്വാസം വലിച്ചു.)

25. To flatter. ഭംഗിവാക്ക് പറയുക. Bhaṅgivākk Paṟayuka
(കാര്യം കാണാൻ പലരും ഭംഗിവാക്കുപറയാറുണ്ട്.)

26. To force out of gear പിടി വിടുവിക്കുക. Piṭiviṭuvikkuka.
(കുഴഞ്ഞ പ്രശ്നത്തിൽ നിന്നും പിടിവിടുവിക്കുവാൻ അയാൾക്ക് അത്യധ്വാനം ചെയ്യേണ്ടി വന്നു.)

27. To embrace. ആലിംഗനം ചെയ്യുക. Āliṅganaṃ Ceyyuka.
(പ്രശ്നങ്ങളെ ആലിങ്കനം ചെയ്യുന്ന ശീലം ദേവനുണ്ട്.)

28. To dig a pit. കുഴി തോണ്ടുക Kuẕi Tōṇṭuka
(കുറ്റവാളിയെ പോലീസ് വലവീശി പിടിച്ചു.)

29. Halka hona. ഹൃദയഭാരം കുറക്കുക. Hṛdayabhāraṃ Kuṟakkuka.
(ഹൃദയഭാരം കുറക്കാൻ അയാൾ പാട്ട് കേട്ടിരുന്നു.)

30. To try one's level best. പരമാവധി ശ്രമിക്കുക Paramāvadhi Śramikkuka
(പരീക്ഷയിൽ ജയിക്കാൻ പരമാവധി ശ്രമിക്കണം.)

31. To live in difficulty ജീവിതം കഷ്ടത്തിലായി. Jīvitaṃ Kaṣṭattilāyi
(അയാളുടെ ജീവിതം കഷ്ടത്തിലായി.)

32. To roam aimlessly തെണ്ടിത്തിരിയുക. Teṇṭittiriyuka.
(തൊഴിലില്ലാതെ തെണ്ടിത്തിരിയുന്നവരുടെ എണ്ണം നാൾക്കുനാൾ വർദ്ധിച്ചു കൊണ്ടേയിരിക്കുന്നു.)

33. To add fuel to the flames എരിതീയിൽ എണ്ണയൊഴിക്കുക. Eritīyil Eṇṇayoẕikkuka.
(മകന്റെ അലഞ്ഞുതിരിഞ്ഞ ജീവിതത്തിൽ കുപിതനായിരുന്ന പിതാവിന് അവൻ പരീക്ഷയിൽ തോറ്റു എന്ന വാർത്ത എരിതീയിൽ എണ്ണയൊഴിക്കുന്നത് പോലെയായിരുന്നു.)

34. To give a flat denial. തെറിക്കുത്തരം മുറിപ്പത്തൽ. Teṟikkuttaraṃ. Muṟippattal.
(അയാളുടെ വാക്കുകൾ തെറിക്കുത്തരം മുറിപ്പത്തൽ എന്ന

നിലയിലായിരുന്നു.)

35. To acknowledge defeat — മുട്ടുകുത്തുക. — Muṭṭukuttuka.
(ഞാൻ അവനെ മുട്ടുകുട്ടുകുത്തിച്ചു)

36. To be anxious. — നക്ഷത്രമെണ്ണുക. — Nakṣatrameṇṇuka
(അയാളെ നക്ഷത്രം എണ്ണിച്ചു.)

37. To die — ചക്രശ്വാസം വലിക്കുക — Cakraśvāsaṃ Valikuka
(രോഗി ചക്രശ്വാസം വലിച്ചു.)

38. To be something wrong at the bottom — തീയില്ലാതെ പുകയില്ല. — Tīyillāte Pukayilla
(അവനതു ചെയ്തുകാണും കാരണം തീയില്ലാതെ പുകയുണ്ടാവില്ലല്ലോ.)

39. To show a clean pair of heels. — വാലും ചുരുട്ടിയോടുക — Vāluṃ Curuṭṭi Yōṭuka.
(അത് കേട്ടയുടൻ രാമൻ വാലും ചുരുട്ടിയോടി.)

40. To run about. — നെട്ടോട്ടം ഓടുക. — Neṭṭōṭṭaṃ Ōṭuka.
(ആ സമയം അയാൾ നെട്ടോട്ടമോടുകയായിരുന്നു.)

41. By leaps and bounds — നാൾക്കു നാൾ — Nāḷkku Nāḷ
(നാൾക്കു നാൾ ജനപ്പെരുപ്പം വർദ്ധിച്ചുവരുന്നു.)

42. To vanquish — മണ്ണു കപ്പിക്കുക. — Maṇṇu Kappikkuka.
(മണ്ണുകപ്പിക്കും വിധം ദയനീയമായിരുന്നു. ആ പരാജയം.)

43. To ruin. — മണ്ണോട് മണ്ണാക്കുക — Maṇṇōṭ Maṇṇākkuka
(അയാളുടെ പ്രതീക്ഷകൾ മണ്ണോടു മണ്ണായി.)

44. To run away. — അപ്രത്യക്ഷമാകുക. — Apratyakṣa mākuka.
(കാരണമൊന്നും ഇല്ലാതെ അവൾ അപ്രത്യക്ഷമായി.)

45. To exaggerate a a thing — പൊടിപ്പും തൊങ്ങലും ചേർത്ത് — Poṭippuṃ Toṅṅaluṃ Cērtt.
(പൊടിപ്പും തൊങ്ങലും വച്ച് അവതരിപ്പിച്ചപ്പോൾ രഘുവിന് അത് സത്യമാണെന്ന് തോന്നി.)

46 To get no sleep — ഉറക്കം കെടുക. — Uṟakkaṃ Keṭuka.
(സർക്കാറിന്റെ പുതിയ നയം ഉറക്കം കെടുത്തുന്നതായിരുന്നു.)

47. To insult — തലപ്പാവൂരിക്കുക. — Talappāvūrikkuka
(ആ നീക്കം അയാളുടെ തലപ്പാവ് ഊരിക്കും വിധമായിരുന്നു.)

48. To reveal a secret — ചെമ്പു പുറത്താക്കുക — Cenpupuṟattākkuka.
(ജഗന്നാഥൻ വന്ന് കാര്യങ്ങൾ പറഞ്ഞതോടെ സത്യന്റെ ചെമ്പ് പുറത്തായി.)

49. To conceal. — മറയ്ക്കുക — Maṟaykkuka.
(സത്യം മറയ്ക്കാനുള്ള ശ്രമം വിജയിച്ചില്ല.)

50. To be much ashamed. — ലജ്ജിച്ച് തലതാഴ്ത്തുക. — Lajjicc Talatāẓttuka.
(ലജ്ജിച്ചു തലതാഴ്ത്തുകയല്ലാതെ അയാൾക്ക് വേറെന്നും ചെയ്യാനില്ലായിരുന്നു.)

51. To destroy. — വെള്ളത്തിലാക്കുക. — Veḷḷattilākki.
(പുതിയ സാമ്പത്തിക നയങ്ങൾ കൃഷിക്കാരുടെ ജീവിതം വെള്ളത്തിലാക്കി.)

52. To weep bitterly. — പൊട്ടികരയുക — Poṭṭikarayuka
(പൊട്ടിക്കരയുകയല്ലാതെ അവൾക്ക് മറ്റൊരു മാർഗ്ഗമുണ്ടായിരുന്നില്ല.)

53. To be overjoyed. — ആനന്ദ സാഗരത്തിലാറാടുക — Ānanda Sāgarattilāṟāṭuka
(നീണ്ടനാൾക്ക് ശേഷം വന്ന മകനെ കണ്ടപ്പോൾ അമ്മയുടെ മനസ് ആനന്ദസാഗരത്തിൽ ആറാടി.)

PROVERBS

പഴഞ്ചൊല്ല്. / Pazañcoll

1. Among the blind the one-eyed is king.	മൂക്കില്ലാ രാജ്യത്ത് മുറി മൂക്കൻ രാജാവ് ഒരു പുളളി.	Mūkkillā Rājyatt Murimūkkan Rājāv.
2. Empty vessels make the most noise.	നിറകുടം തുളുമ്പില്ല.	Nirakuṭaṃ Tuḷunpilla.
3. If one is good, the world is good.	മനം നന്നായാൽ എല്ലാം നന്നാകും.	Manaṃ Nannāyāl Ellāṃ Nannākuṃ.
4. Prevention is better than cure.	രോഗം വന്ന് ചികി ത്സിക്കുന്നതിലും ഭേദം വരാതെ തടയുന്നതാണ്.	Rōgaṃ Vann Cikitsikkunnatiluṃ Bhēdaṃ Varāte Taṭayunnatāṇ.
5. Hurry spoils curry.	അമിതവേഗം ആപത്ത്.	Amitavēgaṃ Āpatt.
6. To kill two birds with one stone.	ഒരു വെടിക്ക് രണ്ടു പക്ഷി.	Oru Veṭikk Raṇṭu Pakṣi.
7. Handsome is that handsome does.	ചട്ടിയിലുണ്ടെ ങ്കിലേ ആപ്പയിൽ വരു.	Caṭṭiyiluṇṭeṅkilē Āppayil Varu.
8. Nearer the church further from heaven.	വിളക്കിന് ചുറ്റും ഇരുട്ട്.	Viḷakkin Cuṟṟuṃ Uruṭṭ.
9. While there is life there's hope.	പയ്യെ തിന്നാൽ പനയും തിന്നാം.	Payye Tinnāl Panayuṃ Tinnāṃ.
10. Where there are flowers, there are thorns.	മുള്ളില്ലാതെ റോസാപ്പൂ ഇല്ല.	Muḷḷillāte Ṟōsāppū Illa.
11. Might is right.	കയ്യൂക്കുള്ളവൻ കാര്യക്കാരൻ.	Kayyūkkuḷḷavan Kāryakkāran.
12. The wearer best knows where the shoe pinches.	ദാരിദ്ര്യമറിഞ്ഞ വർക്കേ പാരിൽ പരക്ലേശമറിവ തുള്ളു.	Dāridryamariñña varkkē Pāril Para klēśamarivatuḷḷu.
13. As the king so are the subjects.	യഥാരാജാ തഥാ പ്രജ.	Yathārājā Tathā Praja.
14. Be a Roman when you are in Rome.	നാടോടുമ്പോൾ നടുവെ ഓടണം.	Nāṭōṭunpōḷ Naṭuve Ōṭaṇaṃ.

15. Barking dogs seldom bite.	കുരയ്ക്കും പട്ടി കടിക്കില്ല.	Kurakkuṃ Paṭṭi kaṭikkilla.
16. A little pot is soon hot.	അരിമണിയൊന്നു കൊറിക്കാനില്ല, തരിവളയിട്ടു കിലുക്കാൻ മോഹം.	Arimaṇiyonnu korikkānilla. Tarivaḷayonnu Kilukkān Mōhaṃ.
17. Money begets money.	പണം കൊണ്ടെറിഞ്ഞേ പണത്തേ കൊള്ളു.	Paṇaṃ Koṇṭeriññē Paṇattēkoḷḷu.
18. A bird in hand is better than two in the bush.	കയ്യിലെ ഒരു പക്ഷി പള്ളിയിലെ രണ്ടിനെക്കാളും മെച്ചം	Kayyile Oru Pakṣi Paḷḷiyile Raṇṭinekkāḷuṃ Meccaṃ.
19. A bad workman blames the tools.	ആടാൻ വയ്യാത്ത നടി അരങ്ങു മതിയാവില്ലെന്ന് പറയുക.	Āṭān Vayyātta Naṭi Araṅṅu mati yāvillenn Parayuka.
20. A little knowledge is a dangerous thing.	അല്പ ജ്ഞാനം ആപത്ത്.	Alpajñānaṃ Āpatt.
21. To live in Rome and strife with the Pope.	കാറ്റുള്ളപ്പോൾ തൂറ്റുക.	Kārruḷḷappōḷ Tārruka.
22. No pain, no gain.	വിയർക്കാതെ അപ്പം.	Viyarkkāte Appaṃ.
23. The priest goes no further than the church.	കൊഞ്ചൻ തുള്ളിയാൽ മുട്ടോളം.	Koñcal Tuḷḷiyāl Muṭṭōḷaṃ.
24. Diamond cuts diamond.	മുള്ളു മുള്ളു കൊണ്ട് എടുക്കണം.	Muḷḷu Muḷḷukoṇṭ Eṭukkannu.
25. Silence is golden.	മൗനം വിദ്വാനു ഭൂഷണം	Maunaṃ Vidvānu Bhūṣaṇaṃ

MALAYALAM-ENGLISH DICTIONARY

മലയാളം – ഇംഗ്ലീഷ് നിഘണ്ടു

Classified Glossary

തരംതിരിച്ച ശബ്ദസംഗ്രഹം

1. Relations ബന്ധങ്ങൾ

അമ്മാവൻ	Uncle
അമ്മായി	Aunt
നാത്തൂൻ	Sister-in-law
മുത്തശ്ശൻ	Grandfather
മുത്തശ്ശി	Grandmother
മരുമകൻ	Son-in-law
അപ്പൂപ്പൻ	Grandfather
ഭാര്യ	Wife
അച്ഛൻ	Father
മകൻ	Son
മരുമകൾ	Daughter-in-law
മകൾ	Daughter
സഹോദരി	Sister
അനന്തരവൻ	Nephew
അനന്തരവൾ	Niece
സഹോദരൻ	Brother
അമ്മ	Mother

2. Domestic Articles

വീട്ടു സാധനങ്ങൾ

അലമാരി	Almirah
കസേര	Chair
കത്രിക	Scissors
കണ്ണാടി	Glass
പായ	Mat
കരണ്ടി	Spoon
താക്കോൽ	Key
കിടക്ക	Bed
അടുപ്പ്	Stove
കുട	Umbrella

3. Stationery

പലവ്യഞ്ജനം

വർത്തമാന പത്രം	Newspaper
പിൻ	Pin
പേന	Pen
കടലാസ്	Paper
വയർ	Wire
മഷിക്കുപ്പി	Inkpot
പെൻസിൽ	pencil
മാപ്പ്	Map
വേർ തിരിക്കുന്ന ഉപകരണം	Divider
പെൻസിൽ	Pencil
ഫയൽ	File
നാട	Tape
മുദ്ര	Seal
റബർ മുദ്ര	Rubber stamp
പാഴ്	Waste-paper
കവർ	Envelope
മഷി	Ink
ഒപ്പുന്നപേപ്പർ	Blotting paper

4. Parts of the body

ശരീരത്തിന്റെ ഭാഗങ്ങൾ

വിരൽ	Finger
തള്ളവിരൽ	Thumb
കണ്ണ്	Eye
ചുണ്ട്	Lip
ഉപ്പൂറ്റി	Heel
ചുമൽ	Shoulder
ഇടുപ്പ്	Waist
ചെവി	Ear
തലയോട്	Skull
കഴുത്ത്	Neck
കൊരള	Throat
കവിൾ	Cheek
കാൽമുട്ട്	Knee
തൊലി	Skin
മുഖം	Face
നെഞ്ച്	Chest
മാറിടം	Breast

5. Ailments രോഗങ്ങൾ

കുഷ്ഠം	Leprosy
മലബന്ധം	Constipation
ചുമ	Cough
വാതം	Rheumatism
മുഴ	Tumour
ഊമ	Dumb
തലചുറ്റൽ	Guiddiness
തുമ്മൽ	Sneeze
പനി	Fever
ആസ്തമ	Asthma
കല്ല്	Stone
വിയർപ്പ്	Sweat
ഭ്രാന്ത്	Insanity
ചെലം	Pus
മഞ്ഞപ്പിത്തം	Jaundice
വയറ്റുപോക്ക്	Dysentery
പൊക്കം	Boil
മൂലക്കുരു	Piles
പ്രമേഹം	Diabetes
മൂത്രം	Urine
കോളറ	Cholera.

6. Clothes & Wearing

തുണിയും അണികളും

ചെറു തുണി	Napkin
കുപ്പായം	Shirt
പുതപ്പ്	Blanket
മേൽവസ്ത്രം	Coat
വിരിപ്പ്	Sheet
തോർത്ത്	Towel
ആട	Shawl
അരകാൽ	Trousers
പരുത്തി	Cotton
പട്ട്	Silk
മേൽ	Gown
തലപ്പാവ്.	Turban

7. Ornaments ആഭരണങ്ങൾ

മോതിരം	Ring
വള	Bangle
ഹാരം	Gratnel
പവിഴം	Coral

8. Flowers, Fruits & Vegetables

പൂക്കൾ, പഴങ്ങൾ മറ്റും പച്ചക്കറികൾ

മാമ്പഴം	Mango
ഉരുളക്കിഴങ്ങ്	Potato
മുന്തിരി	Grape
അത്തിപ്പഴം	Fig
കരിമ്പ്	Sugarcane
താമര	Lotus
പപ്പായ	Papaya
പുതിന	Mint
ചെടി	Plant
ഉള്ളി	Onion
കാളിഫ്ളവർ	Cauliflower
കാബേജ്	Cabbage
പ്ലം പഴം	Plum
വഴുതനങ്ങ	Brinjal
വെള്ളുത്തുള്ളി	Garlic
ആപ്പിൾ	Apple

9. Minerals ധാതുക്കൾ

കൽക്കരി	Coal
വെള്ളി	Silver
ചെമ്പ്	Copper
രസം	Mercury
പിച്ചള	Brass
തകരം	Tin
ഈയം	Lead
ഇരുമ്പ്	Iron

10. Cereals & Eatables
കുടിക്കുന്നതും കഴിക്കുന്നതും

ചോളമാവ്	Cornflour
കാപ്പി	Coffee
ഗോതമ്പ്	Wheat
പയർ	Gram
കേക്ക്	Cake
ചായ	Tea
പഞ്ചസാര	Sugar
ബാർളി	Barley
എണ്ണ	Oil
തൈര്	Curd
നവധാന്യം	Pulse
മുഠായി	Honey

11. Occupations അവസരങ്ങൾ

അദ്ധ്യാപകർ	Teacher
കൃഷിക്കാരൻ	Farmer
പോസ്റ്റമേൻ	Postman
ഡോക്ടർ	Doctor
ചക്കാട്ടി	Oilman
തുന്നക്കാരൻ	Tailor
ദന്തവിദഗ്ധൻ	Dentist
കടഉടമസ്ഥൻ	Shopkeeper
ആശാരി	Carpenter
ഭിക്ഷക്കാരൻ	Beggar
തോട്ടക്കാരൻ	Gardener

12. Animals മൃഗങ്ങൾ

ഒട്ടകം	Camel
നായ	Dog
മുയൽ	Rabbit
കഴുത	Donkey
പശു	Cow
കുതിര	Horse
ചുണ്ടെലി	Mouse
വാല്	Tail
ചെമരിആട്	Sheep
ആട്ടിൻ കുട്ടി	Lamb
കുറുക്കൻ	Fox
കാള	Bull
ഊളൻ	Jackal
സിംഹം	Lion
പന്നി	Pig
മാൻ	Deer
ആന	Elephant

13. Birds പക്ഷികൾ

മുട്ട	Egg
മൂങ്ങ	Owl
പ്രാവ്	Pigeon
കുയിൽ	Cuckoo
പരുന്ത്	Crow
കാക്ക	Eagle
ചിറക്	Wing
കൂട്	Cage
രാപകക്ഷി	Nightingale
പൂവൻകോഴി	Cock
പിടകോഴി	Hen
മയിൽ	Peacock
കൊക്ക്	Crane
അരയന്നം	Swan

•••

SOME IMPORTANT MALAYALAM VERBS

to feel uneasy അസ്വസ്ഥത അനുഭവ
പ്പെടാൻ
to be held up പെട്ടുപോകുക
to feel lazy തോന്നുക
to come വരുവാൻ
to behave in self conceited manner വളരെഗമയോടു പെരുമാറുക
to provoke പ്രകോപിപ്പിക്കുക
to be dislocated ഇടം മാറ്റുക.
to dislocate ഇടം മാറ്റാൻ
to grow വളരുവാൻ
to talk out പുറത്തു പറയുക.
to withdraw from പിൻവാങ്ങുവാൻ
to jump ചാടുവാൻ
to be ruined നശിക്കുവാൻ
to ruin നശിക്കാൻ
to raise ഉയരുവാൻ
to lift up ഉയർത്തപ്പെടുവാൻ
to fly പറക്കുവിൻ
to get down ഇറങ്ങുവാൻ
to unload ഇറക്കുവാൻ
to unsew തയ്യൽ പിരിക്കുവാൻ
to bulge out പുറത്തേക്കു തള്ളുവാൻ
to overflow നിറഞ്ഞു ഒഴുകുവാൻ
to doze മയങ്ങുവാൻ

to twist വളയ്ക്കുവാൻ
to cover the body ശരീരം മറയ്ക്കുക.
To Orackle ശബ്ദം ഉണ്ടാക്കാൻ
to cut മുറിക്കുവാൻ
to earn സമ്പാദിക്കുവാൻ
to do ചെയ്യുവാൻ
to tighten മുറുക്കുവാൻ
to say ചൊല്ലുവാൻ
to tremble വിറയ്ക്കുവാൻ
to pinch നുള്ളുവാൻ
to eat തിന്നാൻ
to tease കളിയാക്കാൻ
to play കളിക്കാൻ
to waste പാഴാക്കാൻ
to sing പാടുവാൻ
to count എണ്ണുവാൻ
to fall വീഴുവാൻ
to cause വീഴുവാൻ
കാരണമാകാൻ
to pass ജയിക്കുവാൻ
to growl മുരളുവാൻ
to enter പ്രവേശിക്കുവൻ
to wander അലഞ്ഞു തിരിയാൻ
to encircle ചുറ്റിചുറ്റി വരുവാൻ
to dissolve അലിയുവാൻ
to feel dizzy തലചുറ്റുന്നതായിതോന്നുവാൻ
to taste രുചിക്കുവാൻ
to rise എഴുന്നേൽക്കാൻ
to walk നടക്കാൻ
to shine പ്രകാശിക്കാൻ
to lick നക്കുവാൻ
to wish ആഗ്രഹിക്കുക.

to steal	മോഷ്ടിക്കാൻ
to snatch	തട്ടിപ്പറിക്കാൻ
to get released	പിടിവിടുവിക്കാൻ
to go	പോകാൻ
to know	അറിയുവാൻ
to win	ജയിക്കുവാൻ
to plough	ഉഴുവാൻ
to quarrel	വഴക്കടിക്കാൻ
to swing	ഊഞ്ഞാലിൽ ആടാൻ
to stroll	ഉരുളാൻ
to postpone	തള്ളിവെക്കാൻ.
to put in	അകത്താക്കാൻ
to cover	മറക്കാൻ
to long for	ആശിക്കാൻ
to guess	ഊഹിക്കാൻ
to break	മുറിക്കാൻ
to stop	നിർത്താൻ
to run	ഓടാൻ
to curse	ശപിക്കുവാൻ
to take out	പുറത്തേക്കെടുക്കാൻ
to maintain	ശരിയായി പരിപാലിക്കാൻ
to carry on	നടത്തിച്ചെല്ലാൻ
to catch	പിടിക്കാൻ
to be digested	ദഹിക്കാൻ
to throw down	താഴെക്കെറിയാൻ
to read	വായിക്കാൻ
to arrive	വരുവാൻ
to wear	അണിയാൻ
to bring up	വളർത്തി ക്കൊണ്ടു വരുവാൻ
to beat	അടിക്കാൻ
to grind	അരയ്ക്കാൻ
to call	വിളിക്കാൻ
to enter	പ്രവേശിക്കുക.
to wipe	തുടക്കുക.
to be entrapped	ബന്ധിക്കപ്പെടുക.
to rebuke	കടിഞ്ഞു കൊള്ളൻ
to go round	ചുറ്റും പോകാൻ
to swell	വാങ്ങുവാൻ
to throw	എറിയുവാൻ
to chatter	സംഭാഷിക്കുവാൻ
to increase	വർദ്ധിക്കുവാൻ
to tell	പറയുവാൻ
to change	മാറ്റാൻ

to make	ചെയ്യുവാൻ
to rain	മഴപെയ്യുവാൻ
to spoil	നശിപ്പിക്കുവാൻ
to sit	ഇരിക്കുവാൻ
to speak	പറയുവാൻ
to turn	തിരിയാൻ
to put	പറിക്കുവാൻ
to memorize	ഓർമ്മിക്കാൻ
to live	ജീവിക്കുവാൻ
to stop	നിറുത്തുവാൻ
to appear	പ്രത്യക്ഷമാകാൻ
to engage	നിയമിക്കുവാൻ
to hang	തൂകുവാൻ
to fold	മടക്കുവാൻ
to cross	കടക്കുവാൻ
to load	കയറ്റുവാൻ
to write	എഴുതുവാൻ
to get	കിട്ടുവാൻ
to return	തിരിച്ചുവരിക.
to sacrifice	ത്യജിക്കുവാൻ
to think	ചിന്തിക്കുവാൻ
to arrange	ക്രമീകരിക്കാൻ
to decorate	അലങ്കരിക്കാൻ
to decay	അഴുകാൻ
to irrigate	ജലസേചനം ചെയ്യാൻ
to learn	പഠിക്കാൻ
to stitch	തയ്ക്കാൻ
to hear	കേൾക്കാൻ
to dry up	ഉണങ്ങാൻ
to occur to one's mind	ഒരുവന്റെ മനസിൽ സംഭവിക്കാൻ
to laugh	ചിരിക്കാൻ
to amuse	സന്തോഷിക്കാൻ
to stammer	വിക്കിവിക്കി സംസാരിക്കാൻ
to swallow	വിഴുങ്ങാൻ
to seize	പിടിച്ചുപറിക്കാൻ
to pant	തിക്കാൻ
to lose	നഷ്ടപ്പെടുവാൻ
to be moved	നീക്കുവാൻ
to be seen	കാണുവാൻ
to see	കാണാൻ
to revise	

•••